101 விஞ்ஞானிகள்

எடையூர் சிவமதி

நேஷனல் பப்ளிஷர்ஸ்
2, வடக்கு உஸ்மான் சாலை, முதல் மாடி,
(கோடம்பாக்கம் மேம்பாலம் அருகில்)
தியாகராய நகர், சென்னை - 600 017.
℃ : 2834 3385
E-mail: national_publishers@yahoo.com
Website : www.universalpublishers.co.in

101 விஞ்ஞானிகள்
ஆசிரியர் : எடையூர் சிவமதி
முதற் பதிப்பு : டிசம்பர், 2011
இரண்டாம் பதிப்பு: நவம்பர் - 2015
மூன்றாம் பதிப்பு: ஆகஸ்ட், 2022
உரிமை © பதிப்பகத்திற்கு

வெளியிடுபவர்
எஸ்.எஸ். ஷாஜஹான்
நேஷனல் பப்ளிஷர்ஸ்
2, வடக்கு உஸ்மான் சாலை,
முதல் மாடி, தியாகராயர் நகர், சென்னை-600 017.
தொலைபேசி : 044 - 28343385

ஒளி அச்சு
விக்னேஷ்வரா கிராபிக்ஸ், சென்னை-600005.

அச்சிட்டோர்
நொவினோ ஆப்செட் பிரிண்டிங் கம்பெனி
சென்னை-600 005.

பக்கங்கள் : 128 (டெம்மி)
விலை : ரூ. 130.00

ISBN: 978-93-92802-16-4

101 Vinjanigal
Author : **Edaiyur Sivamathi**
First Edition - December - 2011
Second Edition - November - 2015
Third Edition : August, 2022
Copy right © National Publishers

Publisher :
S.S. Sajahan
National Publishers
2, North Usman Road,
T. Nagar, Chennai - 600 017.
✆ : 044 - 28343385

Typeset by :
Vigneshwara Graphics, Chennai-600 005

Printed by :
Noveno Offset Printing Company
Chennai - 600 005.

No. of Pages : 128 (Demmy)
Price : Rs. 130.00

உள்ளே...

1. வினோத விஞ்ஞானி ஆர்க்மெடிஸ் 7
2. உயிரியல் ஆய்விற்கு அடித்தளம் அமைத்த விஞ்ஞானி 8
3. இயற்பியல் மேதை சர்.சி.வி. ராமன் 10
4. மின்சக்தியை அளந்த கெல்வின் தாம்சன் 13
5. ஆகாய விமானத்திற்கு அடித்தளமிட்டவர்கள் 15
6. வானியல் ஆராய்ச்சிக்கு வழி வகுத்த டைகோ பிரேஹி 18
7. மலேரியாவை ஒழித்த ரொனால்டு ராஸ் 19
8. வானொலி கண்ட மார்க்கோனி 21
9. ஈர்ப்பு விசை கண்ட விஞ்ஞானி 23
10. புகைப்படக் கலையின் தந்தை ஈஸ்ட்மென் கோடக் 25
11. குழந்தை மருத்துவத்திற்கு நெறி வகுத்த தாமஸ் பேயர் 26
12. அரேபியாவில் வாழ்ந்த அற்புத மருத்துவ மேதை 27
13. பிரெஞ்சு நாட்டு மருத்துவ மேதை 28
14. ஹோமியோபதியின் தந்தை சாமுவேல் ஹானிமன் 29
15. பறவை ஆய்வாளர் ஜான் ஜேம்ஸ் ஆடுபான் 30
16. அதிசய விஞ்ஞானி ஆல்பர்ட் ஐன்ஸ்டீன் 31
17. பௌதிக மற்றும் வானியல் மேதை கலீலியோ 32
18. டீசல் இயந்திரத்தைக் கண்ட ருடால்ப் டீசல் 33
19. அச்சு இயந்திரத்தைக் கண்டுபிடித்த விஞ்ஞானி 34
20. விசைத் தறியைக் கண்டுபிடித்த விஞ்ஞானி 35
21. வானியல் ஆராய்ச்சியாளர் நிக்கலஸ் கோபர்நிக்ஸ் 36
22. பரிணாம வளர்ச்சியைக் கூறிய சார்லஸ் டார்வின் 37
23. இரத்த ஓட்டத்தை விளக்கிய வில்லியம் ஹார்வி 38

24. அறுவைச் சிகிச்சையை மேம்படுத்திய ஜோசப் லிஸ்டர் .. 39
25. எக்ஸ் - கதிரைக் கண்டுபிடித்த விஞ்ஞானி 40
26. நீராவி இயந்திரம் படைத்த விஞ்ஞானிகள் 41
27. ராடார் கண்டுபிடித்த விஞ்ஞானிகள் 42
28. நுண்ணோக்கி கண்ட விஞ்ஞானிகள் 43
29. அச்சடிக்கும் இயந்திரத்தைக் கண்டுபிடித்த விஞ்ஞானிகள் 44
30. நரம்பியலில் ஆய்வு செய்த எண்டன் ஜான்சன் 46
31. உறக்க நோயை விரட்டிய டேவிட் புரூஸ் 47
32. நோய்க் கிருமிகளின் தன்மையைக் கண்ட ஆர்தர் கர்ச்சர் .. 47
33. நூல் நூற்கும் இயந்திரத்தைக் கண்டுபிடித்த விஞ்ஞானி .. 48
34. பென்சிலின் கண்டுபிடித்த அலெக்சாண்டர் பிளெமிங் 49
35. ஸ்டெதஸ்கோப்பைக் கண்டுபிடித்த லென்னெக் 50
36. இரண சிகிச்சையில் புதுமை கண்டவர் 51
37. ஹெலிகாப்டரை வடிவமைத்த விஞ்ஞானிகள் 52
38. தந்திக் கருவியைக் கண்டுபிடித்த விஞ்ஞானிகள் 53
39. கம்பியில்லாத் தந்தி முறையை
    உருவாக்கிய விஞ்ஞானிகள் 55
40. டெலிபிரிண்டர் கருவியைக்
    கண்டுபிடித்த விஞ்ஞானிகள் 56
41. தொலைபேசியைக் கண்டுபிடித்த விஞ்ஞானிகள் 57
42. அணுசக்தியை அறிவித்த அறிஞர்கள் 58
43. மர்ம நோயைக் கட்டுப்படுத்திய விஞ்ஞானி 60
44. அணுவியல் கொள்கையின் தந்தை ஜான் டால்டன் 61
45. உடற் கூறைத் தெளிய வைத்த விஞ்ஞானி 62
46. மகப்பேறுத் துறையில் மாற்றங்கள் செய்த டாக்டர்
    செம்மெல்வீஸ் 63
47. ஆஸ்டின் காரை உருவாக்கிய அறிஞர் 64
48. வானியல் ஆய்வாளர் ஸ்டான்லி எடிங்டன் 65
49. நீராவியால் கப்பலை இயக்கிய விஞ்ஞானி 66

50. தாவர ஆய்வாளர் ஜான் எவிலின் 67
51. மனித உடலில் மின்சாரத்தைக் கண்ட விஞ்ஞானிகள் 67
52. எஃகு தயாரித்த விஞ்ஞானி 68
53. குரோமியத்தைக் கண்டறிந்த விஞ்ஞானிகள் 69
54. அலுமினியத்தை உருவாக்கிய மேதைகள் 70
55. மக்னீசியம் கண்டுபிடித்த விஞ்ஞானிகள் 71
56. கிரந்திப் புண்ணிற்கு மருந்து கண்ட விஞ்ஞானி 72
57. உயிரைத் தியாகம் செய்த மருத்துவ அறிஞர் 73
58. இயற்கை மருத்துவத்தைக் கையாண்ட அறிஞர் 74
59. ரேடியத்தின் தன்மையை உணர்த்திய
    ஹென்றி பெக்வரெல் 74
60. விஞ்ஞானித் தம்பதி மேரி க்யூரி, பியரி க்யூரி 75
61. நிறமாலைத் தத்துவத்தைக் கண்ட விஞ்ஞானி 76
62. அணுவியலை அறிந்த அறிஞர் 77
63. அறிவியல் மேதை ராபர்ட் பாயில் 78
64. பெரிஸ்கோப்பைக் கண்டுபிடித்தவர் 78
65. ஜெட் விமானத்தைக் கண்டுபிடித்த விஞ்ஞானி 79
66. யூரியா தயாரித்த வல்லுனர் 79
67. நொதித்தலைக் கட்டுப்படுத்திய பாஸ்டியர் 80
68. பூமியின் காந்த சக்தியை உணர்த்திய விஞ்ஞானி 81
69. ஒளி மின்சாரத்தைக் கண்டறிந்த மாக்ஸ் பிலாங்க் 81
70. உலோக இழையை உருவாக்கிய லாங்மூர் 82
71. இடிதாங்கியைக் கண்டுபிடித்தவர் 82
72. காஸ் விளக்கைக் கண்டுபிடித்த அறிஞர் 83
73. மருத்துவ அறிஞர் இவான் பாவ்லாப் 84
74. அம்மை நோய்க்குத் தடுப்புக் கண்ட விஞ்ஞானி 84
75. தர்மா மீட்டரை உருவாக்கிய விஞ்ஞானி 85
76. கிராமபோன் உருவாக்கிய அறிஞர் 86

77. இந்திய விஞ்ஞானி சர் ஜெகதீஸ் சந்திரபோஸ் 87
78. பேரறிஞர் ஜேம்ஸ் கிளார்க் மாக்ஸ்வெல் 88
79. புகழ்பெற்ற விஞ்ஞானி பிரெடெரிக் காட்ரெல் 89
80. இந்தியாவிற்குப் பெருமை சேர்த்த பொறியியலாளர் விசுவேசுவரய்யா 90
81. விமானங்களைக் காத்த வல்லுனர் 91
82. ரோல்ஸ் ராய்ஸ் சொகுசுக் காரைத் தயாரித்தவர்கள் 92
83. உலகம் போற்றும் விஞ்ஞானி நிகோலஸ் டெஸ்லா 94
84. கணிதவியல் முன்னோடி யூக்லிட்............................... 95
85. வாகனங்களை மேம்படுத்திய அறிஞர் 97
86. காந்த மின்சாரத்தைக் கண்ட மைக்கேல் ஃபாரடே 98
87. கனவு நாயகனான விஞ்ஞானி 99
88. அணு விஞ்ஞானி ஹோமி ஜஹாங்கீர் பாபா 101
89. ஹம்ப்ரி டேவி 103
90. கணிதவியல் அறிஞர் இராமானுஜன் 104
91. பறவையியல் அறிஞர் சலிம் அலி 106
92. அச்சுக் கலையின் முன்னோடி கூடன்பர்க் 108
93. இந்தியாவில் பசுமைப் புரட்சியை ஏற்படுத்திய எம்.எஸ். சுவாமிநாதன் 110
94. வேளாண்மை அறிஞர் சர் டி எஸ். வெங்கடராமன் 112
95. வேதியியல் விஞ்ஞானி டாக்டர் பி.சி. ராய் 114
96. வானியல் விஞ்ஞானி சந்திரசேகர் 116
97. கல்பனா சாவ்லா 118
98. பௌதிக ஆய்வாளர் எஸ்.என். போஸ் 121
99. இயற்பியல் விஞ்ஞானி டாக்டர் கே.எஸ். கிருஷ்ணன் ... 123
100. தாவரவியல் அறிஞர் பீர்பல்சஹானி 125
101. மருத்துவ மேதை ஆற்காடு லட்சுமணசாமி 127

101 விஞ்ஞானிகள்

1 வினோத விஞ்ஞானி ஆர்க்மெடிஸ்

கி.மு. 287க்கும் 212க்கும் இடைப்பட்ட காலத்தில் சைரக்கூஸ் நாட்டில் வாழ்ந்த அற்புத விஞ்ஞானிதான் ஆர்க்மெடிஸ். அக்காலத்தில் அறிவியல் அற்புதங்கள் கடவுளுக்கு விரோத மானவை என்று என்று மக்கள் நம்பினர். ஆனால், அவை யனைத்தும் இன்றைய அறிவியலுக்கான அடித்தளமாகும்.

அந்த நாட்டிற்கு அது மிகவும் ஆபத்தான நேரம். அரசர் தன் சபையிலேயே திறமையான அறிஞன் என்று போற்றப்பட்ட ஆர்க்மெடிஸை அழைத்தார். ''நமது நாட்டைப் போர்வீரர்கள் சூழ்ந்துள்ளனர். எதிரியின் கப்பற்படை நமது நாட்டின் கடற் கரையை நெருங்கிவிட்டது. அதை உங்களால் மட்டும்தான் தடுக்க முடியும்!'' என்றார். ஆர்க்மெடிஸ் சிறிது நேரம் சிந்தித்துவிட்டு, ''அரசே! நீங்கள் கொஞ்சமும் கவலைப்படத் தேவையில்லை. நான் அக்கப்பல்களைத் தடுப்பதுடன், அழித்து விடுகிறேன்!'' என்றார். மன்னருக்கு இப்போதுதான் நிம்மதி வந்தது. பளபளப்பான வளைந்த உலோகத் தகடுகளைக் கொண்ட மிகப் பெரிய குழிந்த கண்ணாடிகளை அமைத்தார் அந்த வினோத விஞ்ஞானி. எதிரிகளின் கப்பல்கள் கரையை நெருங்கியதும் அந்தக் கண்ணாடி களைக் கொண்டு சூரிய ஒளியைக் குவியச் செய்து கப்பல்களைத் தீப்பற்றச் செய்தார் அந்த விஞ்ஞானி. தனி ஒருவராக நின்று தன் யுக்திகளைக் கொண்டு தனது தாய்நாட்டைக் காத்தார் அந்தப் புத்திசாலி.

பெரிய சக்கரங்களையும் கயிறுகளையும் கொண்ட 'புள்ளிகள்' அமைத்துப் பெரிய பெரிய கப்பல்களையெல்லாம் தூக்கி எறியும்படி செய்தார். ரோமானிய அரசர் மார்செல் இவரது திறமையையும் அறிவையும் கண்டு பின்வருமாறு வியந்து கூறியுள்ளார். ''ஆர்க்மெடிஸ் என்ற அந்தக் கணித அரக்கன் இருக்கும்வரை நாம் எதுவும் செய்ய இயலாது.''

சாதாரணமாக ஒரு கயிற்றையும் குச்சியையும் பார்த்தாலே ஆயுதம் என்று எண்ணித் தலைதெறிக்க ஓடினர் ரோமானியர்கள். மூன்று ஆண்டுகளுக்குப் பிறகு சைரக்கூஸ் மக்கள் ஆர்க்கிமெடிஸ் என்ற நிலவுக் கடலுக்கு திருவிழாக் கொண்டாடிக் களிப்பில் ஆழ்ந்திருந்தனர். இந்தச் சமயத்தைப் பயன்படுத்திக் கொண்ட ரோமானியப் படை கோட்டைக்குள் புகுந்துவிட்டனர்.

ஆர்க்கிமெடிஸின் மகத்துவத்தை உணர்ந்திருந்த ரோமானிய மன்னர் மார்செல், ''ஆர்க்கிமெடிஸ் என்ற அற்புத மனிதரை ஒன்றும் செய்துவிடாதீர்கள். அவர் நமது விருந்தினர்!'' எனத் தமது வீரர்களுக்குக் கட்டளை இட்டார். ஆனால், அக்கட்டளை அனைத்து வீரர்களுக்கும் போய்ச் சேரவில்லை.

அந்த மாமேதை கடைவீதியில் அமர்ந்து ஒரு கணிதப் புதிரைத் தீர்த்துக் கொண்டிருந்தார். அவரைக் கொல்லக் கத்தியை உருவிக் கொண்டு வந்த வீரனிடம், ''எனது அருமை நண்பனே! சற்றுப்பொறு. இந்த வட்டப் புதிரை முடித்து விடுகிறேன்!'' என்று அன்புடன் பேசிய ஆர்க்கிமெடிஸின் பேச்சைக் கண்டு கொள்ளாமல், கத்தியைப் பாய்ச்சி அந்த மகாபுத்திசாலியின் உயிரைக் குடித்தான்.

2 உயிரியல் ஆய்விற்கு அடித்தளம் அமைத்த விஞ்ஞானி

உயிரியல் அறிஞர் தாமஸ் ஹென்றி ஹெக்ஸ்ஸி பத்தொன்பதாம் நூற்றாண்டின் மிகச் சிறந்த மனிதருள் ஒருவர். தனது வேலைகளைத் தானே தனிமையாகப் பார்த்துக் கொள்பவர்.

ஏழைகளிடம் இரக்கமும் சேவை மனப்பான்மையும் உடைய உண்மையான மனிதர். இவர் 1825இல் பிறந்தார்.

இவர் தனது பதினாறாம் வயதில் லண்டன் மருத்துவக் கல்லூரியில் சேர்ந்தார். ஏழைகளுக்கு மருத்துவ உதவிகளைச் செய்தார். மருத்துவத்தேர்வில் முதல் மாணவராகத் தேர்ச்சி பெற்ற வரை அரசு கப்பல் மருத்துவராக நியமித்தது. ஹெக்ஸி ஒரு இரண சிகிச்சை நிபுணர். அவர் நான்காண்டுகள் கப்பலில் சர்ஜனாகப் பணியாற்றினார். உலகம் முழுவதும் உள்ள பல நாடுகளுக்குச் சென்றார். அங்குள்ள விலங்குகள், தாவரங்களை ஆராய்ந்து சிறந்த உயிரியல் நூல் எழுதினார். அதற்கு ஆதரவு கிடைக்கவில்லை. பின் அதை லண்டன் ராயல் கழகத்திற்கு அனுப்பினார். ராயல் கழகம் அவரைப் பாராட்டிச் சன்மானம் வழங்கியதுடன் ஆயுள் முழுவதும் அங்கு தங்கவும் வேண்டினர். அவர் தனது இருபத் தாறாம் வயதில் தலைசிறந்த அறிஞராக மாறினார். இருப்பினும் வறுமை அவரை வாட்டியதால் மிஸ் ஹார்தர்ன் என்னும் சீமாட்டிக்குக் கடிதம் எழுதினார். அப்பெண் மூலம் இவருக்கு மண்ணியல் காட்சி சாலையில் வேலை கிடைத்தது. இவரது சொற்பொழிவுகளை அறிவாளர்கள் ஆவலுடன் கேட்டனர். இவரை ஆதரித்த மிஸ் ஹார்தர்ன் இவரின் வக்ரமான பேச்சையும் அறிவையும் கண்டு வியந்து அவரைக் காதலித்தார். அவர்களுக்குத் திருமணம் நிச்சயிக்கப்பட்டது. ஆனால், அன்று மிஸ் ஹார்தர்ன் உடல்நிலை குன்றியது. அவரது முன்னாள் காதலன் மருத்து வருக்கு விலை கொடுத்து அவர் சிறிது நாட்களில் இறந்து விடுவார் எனக் கூறச் சொன்னான்.

உண்மையான மனிதரான ஹெக்ஸ்ஸி அதைப் பற்றி யெல்லாம் கவலைப்படாமல் மிஸ் ஹார்தர்னை மணம் புரிந்து சுகமாக வாழ்ந்தார். ஹெக்ஸ்ஸி உடலுயிர் ஆராய்ச்சியில் அயராமல் உழைத்துப் புதிய உண்மைகளைக் கண்டார். இவரே உடலியல் நூலை முறையாக வகுத்து உலகிற்குத் தந்தார்.

டார்வினின் 'உயிரினத்தின் மூலம்' என்ற நூலில் மனிதன் குரங்கிலிருந்து வந்தவன் என்று கூறினார். ஹெக்ஸ்ஸி அக்கருத்தை ஆதரித்தார்.

இதனால் பிஷப் போர்ஸ் என்பவர் கண்டனக் கூட்டம் போட்டு டார்வினையும், ஹெக்ஸ்ஸியையும் கடுமையாகத் தாக்கிப் பேசினார். டார்வினையும் ஹெக்ஸ்ஸியையும் குரங்குகள் எனவும் அவர்களது முன்னோர்களும் குரங்குகள் எனவும் கடிந் துரைத்தார். ஆனால், ஹெக்ஸ்ஸி அமைதியாக எழுந்து, ''சபையோர்க்கு வணக்கம். இப்போது பேசியவர் பாதிரியார். ஆனால், அவர் பேசிய பேச்சில் வசை, பொய், கேலி போன்றவை நிரம்பியிருந்தன. இப்படிப்பட்டவரின் வழியில் சென்று சொர்க்கம் அடைவதற்கு, குரங்குகளைப் பின்பற்றிப் பூமியிலேயே வாழலாம். இவரைவிட அக்குரங்குகளே மேல்.

''எனது நண்பர் டார்வின் சிறந்த அறிவாளி. அவரது கருத்தில் உண்மை இருக்கிறது. ஜீவமூலத்தைத் தெரியாமல் திண்டாடிய எனக்கு அவரின் ஆராய்ச்சி ஒரு விளக்காக அமைந்தது!'' என்றார். அவரது இத்தகைய பேச்சை சபை பாராட்டிப் புகழ்ந்தது. அவரைச் சிலர் நாத்திகர் என்றனர். ''நான் உண்மையைத் தேடுகிறேன். கடவுள் எனக்குத் துணைபுரிவாராக! நான் வேறென்ன செய்ய முடியும்?'' என்றார்.

ஹெக்ஸ்ஸிக்கு ஒரு குழந்தை பிறந்தது. நான்காம் வயதில் அது இறந்தது. இருப்பினும் அவர் தன் மனதைத் தேற்றிக் கொண்டார். ஹெக்ஸ்ஸி என்ற இந்த மகா அறிஞர் 1895 வரையில் வாழ்ந்து ஆய்வுகளை மேற்கொண்டு தற்கால உயிரியல் ஆய்விற்கு அடித்தளம் அமைத்துப் பெருமையுற்றார்.

3 இயற்பியல் மேதை சர்.சி.வி. ராமன்

தஞ்சை மாவட்டம் பாபநாசத்திற்கு அருகிலுள்ள மாங்குடியைப் பூர்வீகமாகக் கொண்டவர் சந்திர சேகரய்யர். இவருடைய மனைவி பார்வதி அம்மாள். சந்திரசேகரய்யர் திருச்சி எஸ்.பி.ஜி. கல்லூரியில் வேலை பார்த்து வந்தார்.

இத்தம்பதியர்க்கு 1888 ஆம் ஆண்டு நவம்பர் 7ஆம் தேதி பிறந்த இரண்டாவது மகனுக்கு வெங்கட்ராமன் என்று பெயரிட்டனர்

சந்திரசேகரய்யர் பின்னர் விசாகப்பட்டினத்திலுள்ள இந்துக் கல்லூரியில் பௌதிகப் பேராசிரியராகச் சேர்ந்தார். சர்.சி.வி. ராமனை அங்கேயே ஓர் பள்ளியில் சேர்த்தார். இளம் வயதிலேயே சர்.சி.வி. ராமன் கணிதத்திலும் ஆங்கிலத்திலும் ஆர்வமுடன் இருந்தார். அவர் 12ஆம் வயதில் பள்ளிப்படிப்பை முடித்தார், 14ஆம் வயதில் இண்டர் மீடியேட் வகுப்பில் சேர்ந்து படித்தார். பின் சென்னையில் பிரஸிடென்சி கல்லூரியில் பி.எட். சேர்ந்தார். பின் அங்கேயே பி.ஏ. வகுப்பையும் எம்.ஏ வகுப்பையும் முடித்தார். அவர் பௌதிகத்தைச் சிறப்புப் பாடமாக எடுத்தார். ஒளியைப் பற்றிய தனது ஆராய்ச்சியைக் கட்டுரையாக எழுதிப் பௌதிகப் பேராசிரியரான எச்.ஆர். ஜோன்ஸ் என்பவரிடம் கொடுத்தார். ஆனால், அவர் அதற்காக எந்த முயற்சியும் எடுக்கவில்லை.

பின் தானே அக்கட்டுரையை மேல்நாட்டுப் பத்திரிகை களுக்கு அனுப்பினார். மேல்நாட்டு விஞ்ஞானிகள் அவரை வியந்து பாராட்டினர். 1907இல் தனது 18ஆம் வயதில் சர்.சி.வி. ராமன் எம்.ஏ தேர்வில் மாநிலத்திலேயே முதல் மாணவராகத் தேர்ச்சி பெற்றார். இவருக்கு லண்டனிலிருந்து அழைப்பு வந்தது. ஆனால், இவரது உடல்நிலை சரியில்லாததால் செல்ல முடியவில்லை. பின் இவருக்கு யோக சுந்தரி என்ற பெண்ணைத் திருமணம் செய்து வைத்தனர். அவர் கல்கத்தாவில் நிதித் துறை அதிகாரிக்கான தேர்வை எழுதினார். ஜெனரலாகப் பதவியும் பெற்றார். வேலையைத் திறம்படச் செய்தார் சர்.சி.வி. ராமன். இருப்பினும் அவர் தன் பௌதிக ஆராய்ச்சியைக் கைவிட வில்லை. பின் அவர் பர்மாவிலுள்ள 'நாணயப் பிரிவு' அலுவலகத் திற்குத் தலைவராக மாற்றப்பட்டார். சென்னையில் தங்கியிருந்த அவரது தந்தை காலமானதால் சென்னைக்குத் திரும்பினார். அங்கு அவர் சென்னைப் பல்கலைக்கழகத்தில் ஆராய்ச்சி மேற் கொண்டார். பின் நாகபுரியிலுள்ள தபால் கணக்குத் துறை அலுவலகத்திற்கு அதிகாரியாக மாற்றப்பட்டார். பின் மீண்டும் கல்கத்தாவில் தந்தித் துறை அக்கௌண்டன்ட் ஜெனரல் பதவிக்கு அழைக்கப்பட்டார். ஒரு நாள் அவர் மாலையில் டிராம் வண்டியில்

வீடு திரும்பும்போது இந்திய அறிவியல் வளர்ச்சிக் கழகம் என்ற பெயரைக் கண்டு அங்கு சென்று அதன் தலைவரான அமிர்தலால் சர்கரைச் சந்தித்துத் தன்னைப் பற்றிய விவரங்களைக் கூறினார். பின் அங்கு பல ஆய்வுகளை மேற்கொண்டார். அங்கே அவருக்கு சர் அஸுடோஷ் முகர்ஜியும், சர் குருதாஸ் பானர்ஜியும் நண்பர்களானார்கள். அஸுடோஷ் கல்கத்தாவைச் சேர்ந்த செல்வந்தர்களிடம் உதவி பெற்று ஒரு கல்லூரியைக் கட்டினார் அதில் பௌதிக ஆசிரியராக சர்.சி.வி. ராமனை நியமித்தார்.

1921இல் பிரிட்டிஷ் ஆட்சிக்குட்பட்ட எல்லா நாடுகளிலுள்ள பல்கலைக்கழகங்கள் இணைந்த மாநாடு இங்கிலாந்து நாட்டிலுள்ள ஆக்ஸ்போர்டில் கூடியது. அதில் கல்கத்தா பல்கலைக் கழகத்தின் பிரதிநிதியாக சர்.சி.வி. இராமன் சென்றார். அங்கு அவர் தனது ஆராய்ச்சிகள் சம்பந்தமாக எடுத்துரைத்துப் பாராட்டுப் பெற்றார். ராமனுக்கு வானமும், கடலும் ஏன் நீலநிறமாகத் தோன்றுகின்றன என்ற கேள்வி எழுந்தது. தாய்நாடு திரும்பியதும் அவர் இது தொடர்பாக நிகழ்த்திய ஆராய்ச்சியின் பயனே ராமன் விளைவு எனப்படும். சர்.சி.வி. ராமனுடைய பௌதிகத் திறமை நாளுக்கு நாள் அதிகரித்தது லண்டனிலுள்ள கெல்வின் இன்ஸ்டிடியூட் தனது நூற்றாண்டு விழாவைக் கொண்டாடியது. இதில் கலந்து கொண்ட சர்.சி.வி. ராமன் டேவிட் பாரடே மற்றும் ராயல் சொசைட்டி ஆய்வகங்களில் தனது திறமையைக் காட்டினார்.

அங்கு கனடாவிலிருந்து வந்திருந்த பிரிட்டிஷ் அறிவியல் முன்னேற்றச் சங்கங்கள் ராமனைக் கனடா நாட்டிற்கு அழைத்தன. ராமனும் கனடா சென்றார். ராயல் சொசைடியில் நிகழ்த்திய சொற்பொழிவிற்காகப் பாராட்டி அவரைத் தனது சிறப்பு உறுப்பினராகச் சேர்த்துக் கொண்டது. ஃபெலோ ஆப் ராயல் சொசைடி என்று கௌரவப் பட்டத்தையும் அளித்தது. பின்னர் கனடா நாட்டிலும் அவர் கௌரவிக்கப்பட்டார். அமெரிக்க ஆராய்ச்சியாளர் மில்லிகன் ராமனது வீட்டிற்கு வந்து பாராட்டினார். கணிதமேதைகளின் மாநாட்டில் கலந்துகொண்டார். இராமன் இந்தியா திரும்பியதும் அவருக்கு இந்திய அரசு சர் பட்டம்

எடையூர் சிவமதி   □ 13

வழங்கியது. பின் இந்தியாவிலுள்ள பல்கலைக்கழகங்கள் பலவும் அவருக்குப் பட்டங்களையும் தங்கப் பதக்கங்களையும் அளித்தன. மேலும் உலகிலேயே உயர்ந்த விருதான நோபல் பரிசும் கிடைத்தது.

இந்தியாவில் பிரபல செல்வந்தரான டாட்டா மேலைநாடுகளைப் போல் இந்தியாவிலும் அறிவியல் வளர்ச்சி பெற அறிவியல் கழகம் ஏற்படுத்தினார். பெங்களூரில் ஆட்சியாளர் உதவியுடன் நிறுவினார். மேலும் மைசூரில் ஆராய்ச்சிக் கூடம் நிறுவ அரசு சர்.சி.வி. ராமனது உதவியை நாடியது. ராமனும் தனது மேற்பார்வையில் ஆராய்ச்சிக்கூடம் கட்டி நிர்வகித்தார். இதனால் அரசு ஆய்வகத்திற்கு அவரது பெயரையே சூட்டியது.

பின் அவர் 1954ஆம் ஆண்டு மிக உயர்ந்த விருதான பாரத ரத்னா விருதையும், 1957இல் சர்வதேச லெனின் பரிசும் பெற்றார். இராமனுக்கு அறிவியல் மட்டுமின்றி இலக்கியம், சங்கீதம் இவற்றிலும் ஈடுபாடுண்டு. இசைக் கருவிகளான வீணை, தம்புரா, புல்லாங்குழல், நாதஸ்வரம் இவற்றிலும் ஈடுபாடுண்டு.

பெங்களூரில் இவரது உடல்நிலை பாதிக்கப்பட்டு 1970 நவம்பர் 21இல் பெங்களூரிலேயே காலமானார். அவரது எண்ணப்படி அவர் உடல் ராமன் ஆராய்ச்சி நிலையத் தோட்டத்தில் எரியூட்டப்பட்டது. இவரது மறைவிற்கு இந்தியர்களும், அறிஞர்களும் கண்ணீர் அஞ்சலி செலுத்தினர்.

4. மின்சக்தியை அளந்த கெல்வின் தாம்சன்

1824இல் பிறந்த தாம்சன் 1845 முதல் 1907 வரையில் விஞ்ஞான உலகில் ஒப்புயர்வு பெற்று விளங்கினார். அவர் சொற்பொழிவுகள் ஆவேசத் துள்ளலுடன் ஆழமான கருத்துக்களையும் கொண்டிருந்தன. இவர் தனது ஆறாம் வயதிலேயே பெல்பாஸ்டில் என்பவரது விஞ்ஞான மற்றும் மெஞ்ஞான உரைகளைக் கேட்டுக்

குறிப்பெடுத்துக் கொள்வார். சந்தேகங்களைக் கேட்டுத் தெரிந்து கொள்வார்.

இச்சிறுவன் பிற்காலத்தில் உலகம் போற்றும் விஞ்ஞானி யானார். இவர் செல்வந்தர் வீட்டில் பிறந்தவர். தனது எட்டாம் வயதிலேயே மின்சாரப் பொறிகளையும், மின்மீட்டிகளையும் செய்தார். தனது பத்தாம் வயதில் கிளாஸ்கோ கழகத்தில் சேர்ந்தார். பல வெகுமதிகளைப் பெற்று தாம்சன் கேம்பிரிட்ஜ் சென்று பீடர்ஹௌஸ் கல்லூரியில் கல்வி கற்றார். அவரது கணிதப் புலமையைப் பாராட்டி அவற்றை வினாத்தாளில் சேர்த்துக் கொண்டனர். தாம்சன் கணிதம், பௌதிகம் இரண்டிலும் புலமைப் பட்டம் பெற்று பாரீஸ் சென்றார். அப்போது அவர் வயது 21.

அங்கேயே அவர் கற்க வேண்டியவற்றைக் கற்று கிளாஸ்கோ கழகத்திலேயே இயற்கை விஞ்ஞானப் பாடம் நடத்தினார். 53 ஆண்டுகள் அவரது வாழ்நாள் பல்கலைக் கழகத்திலும், ஆராய்ச்சி சாலையிலுமே கழிந்தது. அவர் கடுமையாக உழைத்துப் பல அறிவியல் நூல்களைப் படைத்தார். அவை உலகப்புகழ் பெற்றன. அவரது சொற்பொழிவுகளும் அனைவராலும் ஆவலுடன் கேட்கப் பட்டது. ஆனால், இப்படிப்பட்ட அறிஞருக்குக் கிடைத்த இடம் ஒரு அறையே ஆகும். ஆறு மாணவர்கள் அவருக்கு ஒத்துழைப்பு நல்கினர். அச்சிறு அறையிலேயே அவர் தனது ஆராய்ச்சிக் கருவிகளைத் தானே உருவாக்கிக் கொண்டார். அவர் கடலினுள் கம்பி அமைத்து உரத்த மின்சக்தி மூலம் செய்திகளை அனுப்பினார். ஆனால், உரத்த மின்சக்தி கடற்கீழ் கம்பிகளைச் சிதைத்ததால் அம்முயற்சி தோல்வியுற்றது, அவரது எதிரிகள் அவரைத் தூற்றினர். இருப்பினும் தாம்சன் மனம் தளராது ஆராய்ச்சியைத் தொடர்ந்தார். இம்முறை உரத்த மின்சக்திக்குப் பதிலாகத் தணிந்த மின்சக்தியை உபயோகித்து வெற்றி கண்டார். அவர் மேலும் ஒரு சைஃபன் ரிகார்டரையும் கண்டுபிடித்துப் பொருத்தினார். புதிய சூட்டளவை ஒன்றையும் கண்டார். அது மின்வெப்பம் மற்றும் பொறி வெப்பங்களை ஆராய்ந்து அளந்தது. இவ்வாறு அவர் விஞ்ஞான ஆய்வில் மூழ்கி மின்சக்தி அளவையைக் கண்டு

பிடித்தார். அவற்றை நாம் இன்றளவும் கப்பல்களில் பயன்படுத்தி வருகின்றோம். அவரை அரசு செல்வந்தராக்கியது.

கெல்வின் தாம்சன் தன் அறிவால் பலரை அறிஞனாக மாற்றினார். அவர் சமய உணர்ச்சிக்கும், சாத்திர அறிவுக்கும் பொருத்தம் உண்டென நம்பினார். அவர் உலகம் முழுதும் தன் புகழைப் பரப்பி, ஆய்வுகளை நடத்தித் தன் உயிரைவிட்டார். அவரது உடல் வெஸ்ட் மினிஸ்டர் அபேயில் நல்லடக்கம் செய்யப்பட்டது.

5. ஆகாய விமானத்திற்கு அடித்தளமிட்டவர்கள்

அமெரிக்காவில் உள்ள லுகியோ மாவட்டத்தில் உள்ளது டெய்ட்டன் நகரம். அங்கு வசித்து வந்த ஓர் ஏழை ஆங்கிலத் தொழிலாளிக்கும், அவரது மனைவிக்கும் வில்பர் ரைட் 1871இல் பிறந்தார். ஆர்வில் ரைட் என்ற தம்பியும் அத்ரீனா என்ற சகோதரியும் இவருக்கு இருந்தனர். வில்பர் இளமையிலேயே கல்வியில் ஆர்வம் காட்டினார். இவரது கவனம் மெல்ல மெல்ல அறிவியலின் பக்கம் திரும்பியது.

இளையவரான ஆர்விலுக்குப் படிப்பில் நாட்டம் இல்லை. ஆனால், எந்தக் கருவியைக் கண்டாலும் அதை ஆராய்ந்து பார்ப்பார். பெற்றோர் இவரது அறிவை உணர்ந்து பள்ளிக்கு அனுப்பினர். ஆனால், சீக்கிரத்திலேயே பள்ளியிலிருந்து வெளியேற்றப்பட்டார்.

ஒரு நாள் சகோதரர்கள் இருவரும் ஒரு பறக்கும் விளையாட்டுப் பொருளைச் செய்தனர். அவ்வாறு செய்து அதை விற்கவும் செய்தனர். பின்னர் வில்பர் சமய சார்பான பத்திரிகைகளை விற்கலாயினார். ஆர்வில் சிறு சிறு இரும்புத் துண்டுகளைச் சேகரித்து விற்கும் பணியில் ஈடுபட்டார். பின் இருவரும் கால்மிதித் தையல் பொறி போலவே எளிதான ஒரு இயந்திரம்

செய்யும் ஆய்வில் ஈடுபட்டனர். இதற்கிடையே அவர்களது தாயார் மரணமடைந்ததால் அவர்கள் சிறிது தளர்வுற்றனர்.

பின் இருவரும் இணைந்து 'மேற்கத்தியச் செய்திகள்' என்ற ஏடு வெளியிட்டனர். அதன் ஆசிரியராக வில்பர் இருந்தார். ஆர்வில் அச்சடித்தல், விளம்பரங்களைச் சேகரிப்பதில் ஈடுபட்டார். ஆனால், அவர்களால் இதைத் தொடர்ந்து நடத்த முடியவில்லை. பின்பு சைக்கிள் வண்டி தயாரித்து விற்றுப் பொருள் ஈட்டினர்.

பிற்காலத்தில் ரைட் சகோதரர்கள் என்று அழைக்கப்பட்ட இவர்கள் வானில் பறக்கும் இயந்திரம் ஒன்றை உருவாக்க நினைத்தனர். அப்போது இறக்கைகளின் துணை கொண்டு பறக்க முயன்று மலை மீதிருந்து விழுந்து இறந்தார் லுட்டோனியன்தாஸ் என்பவர். இந்த சம்பவத்திலிருந்து காற்றைவிட அதிக எடையுள்ள பொருள்களால் காற்றில் பறக்க இயலாது என அறிந்து கொண்டனர். எனவே, காற்றின் எடைக்கும் பொருளின் எடைக்கும் இடையே ஒரு சமநிலை அமைத்துப் பறக்கவிட்டனர். ஒரு பக்கக் கயிற்றை வெட்டியிழுத்தும் மறுபக்கக் கயிற்றைத் தளர்த்தியும் அதன் இறக்கைகளைச் சமநிலைப்படுத்தினர். இதனால் அப்பட்டம் உயரே பறந்தது.

1900ஆம் ஆண்டு இருவரும் ஒரு கிளைடரில் தரையிலிருந்து மூன்றடி உயரத்தில் 16 மைல் வேகத்தில் பறந்து காட்டினர். 1901இல் இதையே விரிவாகச் செய்தனர். ஆனால், தோல்வியுற்றனர்.

காற்றின் அழுத்தக் கால அட்டவணையை முதலில் சீர்படத் தாமே அமைத்தனர். நீண்டு உருண்டு குறுகிய வாயோடு கூடிய பெட்டி ஒன்றை அமைத்தனர். அந்த வாயில் காற்றை உட்புறம் செலுத்தத்தக்க ஒரு விசிறியைப் பொருத்தினார்கள். சிறிது வளைவாகவும் மேல்புறம் தூக்கியதாகவும் இருக்கும்படி இரு இறக்கை களைப் பொருத்தினர். இந்த இயந்திரத்தை 1902 ஆகஸ்டில் தாங் களே அமைத்த காற்றழுத்தக் கால அட்டவணைப்படி பறக்க விட்டனர். அந்த இயந்திரம் சமநிலையில் அதிக உயரத்தில் பறந்தது.

பின் இதையே மின்சக்தியாலும், உந்து விசையால் இயங்கும் இயந்திரத்தை மாற்றி பெட்ரோல் கொண்டும் இயக்கினர். பின்னர் 1903இல் பின்புறம் அசையும் வால் ஒன்றும் பொருத்தி அத்துடன் புரொபெல்லர் ஒன்றும் இணைத்தனர். இயந்திரத்தை அவ்வாண்டே சோதித்தும் பார்த்தனர். பின் இதையே டெய்டன் நகரத்தில் ஒரு நிலையத்தை வாடகைக்கு வாங்கி அங்கு ஆய்வு நடத்தி விரிவாகச் செய்தனர். இவர்களது புகழ் பரவத் தொடங்கியது. பிரெஞ்சு நாட்டின் அழைப்பை ஏற்று அங்கு சென்றனர். ஆனால், அங்கு அவர்களுக்கு அதிக மதிப்பு இல்லை. அமெரிக்காவும் அவர்களைப் பாராட்டவில்லை.

பின்னர் அமெரிக்காவே இவர்களின் பெருமையை உணர்ந்து, ‘‘எவரேனும் அரசுக்கு விமானம் செய்து தரத் தயாரா?’’ என மறைமுகமாக அறிவிப்பு விடுத்தது. இதற்குப் பதில் அளித்த 41 பேரிலிருந்து, ‘‘அரசு ஒப்பந்தம் எதுவானாலும் சம்மதம், நாங்கள் செய்து தருகின்றோம்!’’ என்று எழுதிய ரைட் சகோதரர்களிடம் பொறுப்பை ஒப்படைத்தது.

ரைட்சகோதரர்கள் மேம்படுத்தப்பட்ட விமானத்தை 1908இல் செப்டம்பர் மாதம் அமெரிக்க அரசுக்கு வெற்றிகரமாக ஓட்டிக் காட்டினர். அது இரண்டு மணி இருபது நிமிடத்தில் 60 மைல் பறந்து சென்றது.

இதைக் கண்டு மகிழ்ந்த பிரெஞ்சு அரசர் பிரெஞ்ச் மற்றும் ஜெர்மனி நாடுகளில் விமானத் தொழிற்சாலை அமைக்கக் கூறினார். இதனால் கிடைத்த பொருளில் டெய்டன் நகரில் பெரிய விமானக் கூடத்தை நிறுவினர் ரைட் சகோதரர்கள்.

இவ்வாறு மனிதர்களின் நீண்டகாலக் கனவை நிறைவேற்றிய சகோதரர்களில் மூத்தவரான வில்பர்ரைட் கொடிய நோயால் 1912 மே 20இல் மறைந்தார். இளையவரான ஆர்வில் ரைட் 1948 ஜனவரி 3இல் மறைந்தார். இவர்கள் மறைந்தாலும் இவர்களது சாதனை எக்காலமும் வானில் பறந்து கொண்டிருக்கும்.

6 வானியல் ஆராய்ச்சிக்கு வழி வகுத்த டைகோ பிரேஹி

ஸ்வீடன் நாட்டில் நட்ஸ்டிரப் என்ற ஊரில் ஒரு செல்வந்தர் வீட்டில் பிறந்தவர் டைகோ பிரேஹி. அப்போது அங்கு டென்மார்க் நாட்டு மன்னரின் ஆட்சி நிலவியது. சிறிது காலம் இரசாயனம், வானியல் ஆகியவற்றைக் கற்றுவந்த பிரேஹியின் கவனம் வானியல் ஆய்விலேயே இருந்தது. விண்மீன்களைக் கூர்ந்து கவனித்து அவை எப்பொழுது தோன்றின, அவற்றின் இடப் பெயர்ச்சிக் காலம் போன்றவற்றைப் பற்றி ஆராயலானார்.

1571இல் பிரேஹி நட்ஸ்டிரப் அருகிலிருந்த தனது மாமா கோட்டையில் ஆய்வுக்கூடம் நிறுவி ஆராய்ச்சியில் ஈடுபட்டார். புதிய விண்மீன் ஒன்றைக் கண்டுபிடித்தார். 1576இல் டென்மார்க் மன்னர் அவருக்கு உதவித் தொகையும், ஒரு தீவையும் பரிசாக வழங்கினார். அத்தீவில் உராணிவாக் (விண்ணுலகங்களின் கோட்டை) என்ற பெயரில் ஆய்வுகூடம் அமைத்து அங்கேயே இருபத்தைந்து ஆண்டுகள் ஆராய்ச்சிகளை மேற்கொண்டார்.

வானியல் பற்றி ஆராயப் பல புதுமைகளைக் கண்டுபிடித்தார். 1517இல் இரண்டாம் பிரெடரிக் மன்னருக்குப் பின்வந்த நான்காவது கிறிஸ்டியன் பிரேஹிக்குத் தந்து வந்த உதவித் தொகையையும் தீவையும் திரும்பப் பறித்தான். பின்னர் பிரேஹி ஹம்பர் நகரின் அருகில் வான்ஸ் பார்க் என்னுமிடத்தில் கொஞ்சகாலமும், விட்டன்பர்கில் சிறிது காலமும் கழித்துவிட்டு பிரேக் நகர் வந்து சேர்ந்தார். அங்கேயே இரண்டாம் ரூடால்ப் மன்னரின் ஆதரவில் இரண்டாண்டு காலம் வாழ்ந்த பிரேஹி 1610இல் இறந்தார்.

இவர் கலீலியோ வாழ்ந்த காலத்தைச் சேர்ந்தவர். ஆனால், இருவரும் சந்தித்துக் கொள்ளவில்லை. இவர் 1600ஆம் ஆண்டு மே நான்காம் நாள் கலீலியோவிற்குக் கடிதம் எழுதினார் இதுவே இவர்களுக்கு ஏற்பட்ட தொடர்பாகும். அக்கால வானியலாளர்கள் சோதிடத்தை நம்பினர். இவரும் அப்படிப்பட்டவரே. இவரது

கண்டுபிடிப்புகள் இவர் கோபர்நிகஸின் தத்துவமான வான மண்டலத்தில் கோளங்கள் சூரியனை மையமாக வைத்துச் சுற்றுகின்றன என்பதை ஏற்றுக் கொள்ளவில்லை. இதற்குக் காரணம் தத்துவம் நம்பிக்கைக்கு எதிரானது என்பதே. இருப்பினும் பிரேஹி வானியலிற்கு வழிவகுக்கும் அளவிற்குப் பல கண்டு பிடிப்புகளை நிகழ்த்தியுள்ளார். இந்த வானியல் சாதனையாளரின் 400ஆவது பிறந்தநாள் 1946 டிசம்பர் திங்கள் வெகுசிறப்பாகக் கொண்டாடப்பட்டது.

7 மலேரியாவை ஒழித்த ரொனால்டு ராஸ்

ரொனால்டுராஸ் 1857ஆம் ஆண்டு குமாவுன் குன்றில் உள்ள ஒரு ஆங்கிலோ இந்தியக் குடும்பத்தில் மே மாதம் 13ஆம் தேதி பிறந்தார். இவர்தான் குடும்பத்தில் மூத்தவர். கவிதை, இசை இரண்டிலும் அதிக ஆர்வம் கொண்டவர். தந்தையின் வற்புறுத் தலினால் இவர் 1874ஆம் ஆண்டு அர்ச்பார்த்லோமியோ மருத்துவ மனையைச் சேர்ந்த மருத்துவக் கல்லூரியில் மருத்துவம் பயின்றார். ஐந்தாண்டுகள் பயின்று எம்.ஆர்.சி.எஸ். டிப்ளமோ பெற்றுச் சிறிது காலம் வரை ஒரு கப்பலில் ரண சிகிச்சையாளராகப் பணியாற்றி வந்தார்.

பின்னர் இந்தியாவிற்கு வந்து சென்னை மெடிகல் சர்விசில் சேர்ந்தார். மலேரியா நோய் 19ஆம் நூற்றாண்டின் இறுதி வரை உலகைப் பயங்கரமாகப் பயமுறுத்தியது. எனவே, மலேரியா பற்றிய ஆய்வில் ராஸ் இறங்கினார். கி.பி. 1814ஆம் ஆண்டு சர்பாட்ரிக் மான்சன் பல ஆராய்ச்சிகள் செய்து கொசுக்கள்தான் மலேரியாவைப் பரப்புகின்றன எனக் கண்டறிந்தார். ஆனால் அவரது ஆய்வு முழு வெற்றி பெற வசதியில்லாததால் பிரிட்டனுக்கு விடுமுறையில் வந்திருந்த ராஸ் அவர்களிடம் பாட்ரிக் மான்சன் தனது ஆய்வைக் காட்டித் தொடரச் செய்தார். இவரது வெற்றியைத் தன் வெற்றியாகக் கருதினார்.

கொசுவலைக்குள் உறங்குபவர்களுக்கு மலேரியா வரவில்லை என்பதை அறிந்த ராஸ் கொசுக்களே மலேரியாவிற்குக் காரணம் என்பதை நம்பினார். இந்த ஆய்வினால் கொசுக்களில் பல வகைகள் இருப்பதையும் அறிந்தார். பின் மீண்டும் இங்கிலாந்து சென்று பாட்ரிக்மான்சன் அவர்களைச் சந்தித்து மலேரியா குறித்து ஆலோசனை நடத்தினார்.

ஒரு நாள் குறிப்பிட்ட வகைக் கொசுவை ஆய்வு செய்யும் போது அதன் இறக்கையில் மூன்று கருப்புக்கோடுகள் இருப்பதையும், அதன் பல் மேல் நோக்கி இருப்பதையும் பார்த்தார். இதற்கு அனேவிலிஸ் எனப் பெயரிட்டார். மலேரியா நோயாளியின் இரத்தத்தைக் கொசுவைக் கொண்டு உறிஞ்சச் செய்து நுண்ணோக்கி கொண்டு பார்க்கும்பொழுது அதன் வயிற்றில் கரும்புள்ளிகள் இருப்பதைக் கண்டார். மலேரியா நோயாளியின் இரத்தத்திலும் இதே புள்ளிகள் இருப்பதாக டாக்டர் லாவெரின் கருத்து இவருக்கு நினைவு வந்தது. ஒரு நாளில் எட்டுமணி நேரம் நுண்நோக்கியின் மூலம் பிரகாசமான ஒளியில் நூற்றுக்கணக்கான கொசுக்களைக் கூர்ந்து கவனித்ததால் அவரின் கண்பார்வை குறைந்தது.

இருப்பினும் தொடர்ந்து ஆராய்ந்து தனது ஆராய்ச்சி முடிவை 1887இல் இந்தியாவின் பிரதம மருத்துவ அதிகாரிக்கு அனுப்பி வைத்தார். இதே ஆண்டு டிசம்பர் 18ஆம் நாள் இங்கிலாந்து மருத்துவ இதழிலும் ராஸின் கட்டுரை வெளியானது. இந்திய அரசு இவருக்குக் கல்கத்தாவில் சோதனைச் சாலை அமைத்துக் கொடுத்தது. பின் 1898ஆம் ஆண்டு மே மாதம் ராஸின் இரண்டாம் அறிக்கையும், பின் அக்டோபரில் மூன்றாம் அறிக்கையும் கிடைத்தன.

ராஸின் ஆய்வு பற்றிய முழு விவரங்களையும் நேரில் கண்டு வருமாறு பிரிட்டிஷ் ராயல் சொசைட்டியின் மலேரியா கமிட்டி உறுப்பினர் டாக்டர் சி. டபிள்யு டேனியல்ஸ், டிசம்பர் மாதம் கல்கத்தா அனுப்பி வைக்கப்பட்டார். அவர் தாமே ஒருமுறை சோதனைகளைச் செய்து திருப்தி அடைந்தார்.

பின்னர் கலா அஸார் என்னும் வியாதி பற்றி ஆராய அஸ்ஸாமிற்கு அனுப்பப்பட்டார். 1899இல் ராஸ் இந்திய மருத்துவ சர்வீசிலிருந்து விலகி, இங்கிலாந்து திரும்பியதும் லிவர்பூல் மருத்துவக் கல்லூரி விரிவுரையாளராகப் பணிபுரிந்தார். பத்தாண்டுக்குப் பின் மன்னர் கல்லூரியில் மருத்துவரானார். பின்னர் இதிலிருந்து விலகி மலேரியா நோய் ஒழிப்பு இயக்கத்தில் சேர்ந்து ஆப்ரிக்காவின் மேற்குப் பகுதியிலும், சூயஸ் கால்வாய்ப் பகுதியிலும் ராஸ் செய்த பிரசாரமும் பணியும் காரணமாக அங்கு மலேரியா பரவாமல் செய்தார். பிரிட்டிஷ் அரசு இவரது சேவையைப் பாராட்டி 'சர்' பட்டம் வழங்கியது. மலேரியா குறித்த ஆய்விற்காக நோபல் பரிசும் பெற்றார். 1925இல் பட்னி என்னு மிடத்தில் அவரது பெயரில் மருத்துவமனையும், கல்லூரியும் திறக்கப்பட்டன. மனிதகுலத்தைப் பிடித்த கொடிய நோயை எதிர்த்துப் போராடி வெற்றிகண்ட அந்த மனிதர் ரொனால்டுராஸ் 1932இல் காலமானார்.

8 வானொலி கண்ட மார்க்கோனி

மின்தூண்டல் மூலம் புறவெளியில் ஒலி அலைகளை மிதக்கவிட முடியும் என முதலில் கண்டவர் மார்க்கோனிதான்.

1912ஆம் ஆண்டு விபத்துக்குள்ளான கப்பலிலிருந்து தப்பிய வர்கள் மார்க்கோனிக்கு உணர்ச்சியுடன் நன்றி கூறினர். இதற்குக் காரணம் மார்க்கோனி கண்டுபிடித்த வயர்லெஸ் கருவிதான்.

1874ம் ஆண்டு பிறந்த மார்க்கோனி தன்னுடைய இருபதாவது வயதிலேயே வயர்லெஸ் கருவியைப் பற்றிய ஆராய்ச்சியைத் தொடங்கினார். ஓர் ஆண்டிலேயே 200 மைல் வரை வெற்றிகரமாகச் செய்தியனுப்பினார். இத்தாலிய அரசுக்குத் தனது படைப்பை அனுப்பினார். ஆனால், அவர்கள் அதை மதிக்கவில்லை. இருப்பினும் மார்க்கோனியின் தாய் அவரை ஊக்குவித்து இங்கிலாந்திற்கு அனுப்பி வைத்தார். இங்கே அவருக்கு ஒரு

சோதனை காத்திருந்தது. மார்க்கோனியின் வயர்லெஸ் கருவி யையும் பிற அறிவியல் சாதனங்களையும் அதிகாரிகள் ஆயுதங்கள் என நினைத்து அவற்றில் சிலவற்றை உடைத்தார்கள். நல்ல காலமாக ஓர் ஆங்கிலேயே நண்பர் வந்து அவரை மீட்டுச் சென்றார்.

அவரது கருவியை பிரிட்டிஷ் நிறுவனம் அங்கீகரித்தது. அந்தக் கருவி ஏராளமான பணத்தைச் சம்பாதித்துத் தந்தது. முதல் உலகப்போர் மார்க்கோனியின் அறிவியல் திறனுக்கு மிகுந்த ஊட்டம் தந்தது. தொலைதூரத் தகவல் சாதனங்கள் உருவாக அந்தப் போர் தூண்டுதலாக அமைந்தது. உலகத்திலேயே முதல் முறையாக வானொலி ஒலிபரப்பு நிலையம் ஒன்று நிறுவப் பட்டது. 1919ஆம் ஆண்டில்தான் இங்கிலாந்துக்கும் ஆஸ்திரேலி யாவுக்கும் இடையே கம்பியில்லாத் தொலைபேசி இணைப்பை நிறுவியது.

பின்னர் மார்க்கோனியின் நிறுவனம் பொருளாதார நெருக் கடியில் சிக்கியது. வங்கிகள் கடன் தர மறுத்தன. அவர் இத்தாலிக்குத் திரும்பினார். அங்கும் உதவி மறுக்கப்பட்டது. மார்க் கோனியின் முதல் குழந்தை மூன்று மாதத்தில் இறந்தது. தீவிபத்தில் ஒலிபரப்பு நிலையம் நாசமானது. அவரது கண்டுபிடிப்பு உரிமைகளை ஜெர்மனிய அமெரிக்க நிறுவனங்கள் மீறின.

அவருடைய மனைவி வந்து, "இனி என்ன செய்யப் போகிறீர்கள்?" என்று கேட்டபோது, "நான் இன்னும் கடுமையாக உழைக்க வேண்டும்!" என்றார் மார்க்கோனி.

அவர் கடைசி வரை கடுமையாக உழைத்தார். திருடப்பட்ட கண்டுபிடிப்புகளை நீதிமன்றங்கள் மீட்டுத் தந்தன. மாரடைப்பால் அறுபத்து மூன்று வயதில் 1937ஆம் ஆண்டு மரணமடைந்தார்.

ஆனால், இறந்தபோது இவருடைய வயது முப்பத்தாறுதான் என்ற வாசகம் அவரது கல்லறையில் எழுதப்பட்டிருந்தது.

மார்க்கோனியின் அயராத இளமைத் துடிப்பு கடைசி வரை இருந்தது என்பதே இந்தக் குறிப்பின் பொருள்.

9. ஈர்ப்பு விசை கண்ட விஞ்ஞானி

1642ஆம் ஆண்டு கிறிஸ்துமஸ் அன்று விடியற்காலையில் இங்கிலாந்தில் உல்ஸ்தோர்ப் என்ற கிராமத்தில் குறைப்பிரசவத்தில் ஓர் ஆண்குழந்தை பிறந்தது. அது அன்றே இறந்துவிடும் என்றனர் மருத்துவச்சிகள். ஆனால், அது 84 வயது வரை புகழோடு வாழ்ந்தது. அவர்தான் சர் ஐசக் நியூட்டன்.

நியூட்டனின் தந்தை அவர் பிறந்த சில வாரங்களிலேயே இறந்தார். தாயார் ஒரு கிராமத்துப் பெண். ஆனால், மகனோ உலகம் போற்றும் விஞ்ஞானியானார்.

முதலில் கல்வியில் ஆர்வமின்றி இருந்த நியூட்டன் பின்பு ஆர்வம் ஏற்பட்டுப் படிக்கலாயினார். அவரது கல்வி ஆர்வத்தை அறிந்த அவரது மாமா நியூட்டனை கேம்பிரிட்ஜ் டிரினிடி கல்லூரியில் சேர்த்தார். அப்போது அவரது வயது 18.

1665-66ஆம் ஆண்டுகளில் பிளேக் நோய் லண்டனைத் தாக்கியதால் நியூட்டன் உல்ஸ்தோர்ப் கிராமத்திற்குத் திரும்பினார். அங்கே அவர் பல அறிவியல் சிந்தனைகளில் ஈடுபட்டார். அப்போதுதான் அவர் ஒரு மரத்திலிருந்து ஆப்பிள் ஒன்று விழுந்ததைக் கண்டதாகக் கூறுகின்றனர். அந்த ஆப்பிளைக் கீழே விழச் செய்த விசைதான் நிலவையும் பூமியைச் சுற்றும்படி செய்கிறது என உணர்ந்தார். அதற்குப் புவிஈர்ப்பு விசை எனப் பெயரிட்டார்.

அந்த வகையில் அவர் பல கணக்குகளைப் போட்டு இயக்க விதிகளையும், புவிஈர்ப்பு விதிகளையும் வகுத்தார். இதை நிரூபிக்க கால்குலேட்டர் கணிதமுறையை உருவாக்கினார். ஆனால், இவை 20 ஆண்டுகள் கழித்தே வெளியாயின. 18 மாதங்கள் அவர் கிராமத்தில் தங்கிப் பல ஆய்வுகளை மேற்கொண்டார்.

கடல் ஏற்றத்தாழ்விற்கான காரணத்தைக் கண்டறிந்தார். ஒரு கண்ணாடிப் பெட்டகத்தின் ஊடாகச் சூரியனின் ஒளியைச் செலுத்தி அதில் ஏழுவித ஒளிகள் இருப்பதைக் கண்டார். லென்சு

களையும் ஆடிகளையும் கொண்டு பிரதிபலிப்புத் தொலை நோக்கியைக் கண்டுபிடித்தார். ஆனால், இவற்றையெல்லாம் அவர் வெளியிடவில்லை.

1669இல் நியூட்டன் கேம்பிரிட்ஜ் பல்கலைக்கழகத்தில் கணிதப் பேராசிரியராகச் சேர்ந்தார். அப்போது அவரது வயது 26. அங்கு அவர் 32 ஆண்டுகள் பணியாற்றினார். அவரது பிரதிபலிப்பு தொலை நோக்கியைக் கண்டு லண்டன் ராயல் சொசைடி அவரை உறுப்பினராகச் சேர்த்துக் கொண்டது. அங்கே அவர் தனது ஒளியில் ஆய்வைப் பற்றிக் கூறினார்.

ஆனால், அவருடைய கண்டுபிடிப்புகளுக்கு எதிர்ப்புகள் எழுந்தன. நியூட்டனின் கால்குலஸ் கணிதமுறை அவருடைய ஆசிரியர் ஐசக் பர்ரோ என்பவருக்கு மட்டும்தான் தெரியும். சிறிது காலத்தில் லிப் நீட்ஸ் என்ற ஜெர்மானியக் கணிதமுறையைக் கண்டுபிடித்தார். அவருடைய ஆதரவாளர்கள் நியூட்டன் அவருடைய லிப் நீட்ஸின் முறையைக் கடன் வாங்கியே தனது கால்குலஸ் முறையை உருவாக்கியதாகக் குற்றம் கூறினர்.

எட்மண்ட் ஹாலி கோள்களின் சுற்றுப் பாதைகளைக் கணிக்க நியூட்டனின் உதவியை நாடினார். ஆனால், நியூட்டன் முன்னரே அதைக் கணித்து வைத்திருப்பதைக் கண்டு வியந்தார். அவர் நியூட்டனின் கணிதக் குறிப்புக்களை பிரின்சிபியா என்ற நூலாக வெளியிட்டார். இவை நிபுணர்க்கே கடினமானதாக இருந்தன. நிபுணர்கள் நூலைப் பற்றிக் கேட்டுத் தொந்தரவு செய்வார்கள். எனவே, அப்படி எழுதினேன் என்றார் நியூட்டன்.

பிரின்சிபியாவில் நியூட்டன் நேர்கோட்டில் ஓடிக் கொண்டிருக்கின்ற ஒரு பொருள் எல்லையின்றி அவ்வாறே தொடர்ந்து ஓடிக் கொண்டிருக்குமெனவும், வேறு ஒரு விசையைச் செலுத்துவதினால்தான் அதை நிறுத்தவோ பயணத் திசையை மாற்றவோ முடியும் எனக் கண்டறிந்தார்.

கோள்கள் வட்டப் பாதையில் ஓடும்போது அவற்றில் தோன்றும் மைய விலக்கு விசையும் சமமாக ஆகிவிடுவதால்

அவை விசை செலுத்தப்பட வேண்டிய தேவையின்றி யூகக் கணக்காகச் சூரியனைச் சுற்றி வந்து கொண்டிருக்கின்றன.

நியூட்டன் சூரியன் கோள்கள் ஆகியவற்றின் நிறைகளைக் கணக்கிட்டுக் கூறினார். வால் விண்மீன்களின் சுற்றுப் பாதைகளைக் கணக்கிடுவதற்கான விதிகளை அமைத்தார். சூரியன் நிலவு ஆகியவற்றின் ஈர்ப்பு காரணமாகவே கடலில் ஏற்றத்தாழ்வுகள் ஏற்படுகின்றன எனக் கண்டறிந்தார்.

1705ஆம் ஆண்டில் நியூட்டனுக்கு நைட் விருது வழங்கப் பட்டது. தனது 85ஆவது வயதில் அவர் காலமானார்.

 10. புகைப்படக் கலையின் தந்தை ஈஸ்ட்மென் கோடக்

இன்று புகைப்படக் கலை உலகில் உள்ள அனைவராலும் விரும்பப்படும் ஒன்று. இந்தப் புகைப்படக் கலைக்கு அடித் தளமிட்டவர் ஈஸ்ட்மென் கோடக் என்ற விஞ்ஞானி ஆவார்.

ஈஸ்ட்மென்கோடக் அமெரிக்காவில் உள்ள ராச்சஸ்டரைச் சேர்ந்தவர். இவர் ஒரு இன்ஷ்யூரன்ஸ் ஏஜெண்ட் ஆனாலும் இவர் அறிவியலில் அதிக ஆர்வம் கொண்டிருந்தார்.

அக்காலங்களில் புகைப்படக்கலை சிக்கலாக இருந்தது. புகைப்படச் சில்லுகளை லெட்பிளேட் பிராசஸ் முறைப்படி தாங்களே தயாரிக்க வேண்டும். மேலும் இதை வெளியில் எடுத்துச் செல்வது மிகக் கடினம். எனவே இதைத் தவிர்க்க கோடக் கடுமையாக உழைத்து 1888ஆம் ஆண்டு ரோல் ஃபிலிமுடன் கூடிய பாக்ஸ் கேமிராவைக் கண்டறிந்தார். இது புகைப்படக் கலையில் புரட்சியை ஏற்படுத்தியது. இன்று பல ஆட்டோமேட்டிக் கேமிராக்கள் வந்துவிட்டன. புகைப்படம் எடுப்பது மலிவாகி விட்டது. அவரது கேமிராவில் 100 புகைப்படங்கள் எடுக்கக் கூடிய பிலிம்ரோல் இருந்தது.

பின்னர் அவர் கோடக் கம்பெனியை நிறுவினார். அக் கம்பெனி அவர் இறப்பதற்குள் உலகின் சிறந்த 10 கம்பெனிகளில் ஒன்றாக மாறியது.

இந்தக் கேமிராக்களை வாங்குவோர் பிலிம் தீர்ந்தபின் கேமிராவை கோடக் கம்பெனிக்குத் திருப்பி அனுப்பிவிட வேண்டும். அவர்கள் புகைப்படங்களைக் கழுவிப் புதிய பிலிம்ரோல் சேர்த்து அனுப்புவார்கள். இதற்கு 6 மாதம் பிடிக்கும்.

இதில் ஆர்வமுடையவர்கள் இரு கேமிராக்களை வாங்கினர். இதைத் தொடர்ந்து அந்நிறுவனம் இதர கேமிராக்களையும் தயாரிக்கலானது. கோடக் பெரும் பணக்காரரானார். இன்று புகைப்படம் பயன்படாத துறையே இல்லையெனலாம். இதற்கு வழிகோலிய கோடக்கை புகைப்படக் கலையின் தந்தை என்றால் அது மிகையாகாது.

11. குழந்தை மருத்துவத்திற்கு நெறி வகுத்த தாமஸ் பேயர்

அக்காலங்களில் குழந்தைகளுக்கெனத் தனிப்பட்ட மருத்துவ முறைகள் கிடையாது. இதனால் குழந்தைகளுக்கும் பெரியவர் களுக்குக் கொடுக்கப்படும் வீரியமுள்ள மருந்துகளே கொடுக்கப் பட்டன. இதனால் குழந்தைகளுக்கு அதிகப் பாதிப்புகள் ஏற்பட்டன. பல குழந்தைகள் இறக்கவும் செய்தன.

இதனைக் கண்ட தாமஸ் பேயர் இதற்குத் தீர்வுகாண முயன்றார். இவரது முழு வரலாறு அறியப்படவில்லை. ஆனால், இவர் பதினாறாம் நூற்றாண்டில் தென்னாப்பிரிக்கா பகுதியில் வாழ்ந்தவர் எனத் தெரிகின்றது. இவரது பின்னணி தெரியா விட்டாலும் இவரது நூல்கள் மருத்துவர்களால் இன்றளவும் பொக்கிஷமாகப் பாதுகாக்கப்பட்டு வருகின்றன.

குழந்தைகளுக்கு நிகழும் இந்த அறியாமை அவலங்களை நிறுத்த நினைத்த தாமஸ் பேயர், குழந்தைகளைப் பரிசோதனை

செய்து நோய்களைக் கண்டறியும் முறைகளிலிருந்து குழந்தை களுக்கெனத் தனி மருந்து தயார் செய்வது வரை அனைத்து நெறிகளையும் வகுத்து அவற்றை நூல்களாக மாற்றினார்.

இந்த நூல்கள் இன்றைய மருத்துவர்களுக்கும் குழந்தை மருத்துவத்தில் பேருதவியாகப் பயன்படுகின்றன.

12. அரேபியாவில் வாழ்ந்த அற்புத மருத்துவ மேதை

அரேபிய நாட்டில் புக்காரா என்னும் நகரத்திற்கு அருகில் உள்ள கார்மைதென் என்னும் சிற்றூரில் அலி சென்னா பிறந்தார். இவரது காலம் பத்தாம் நூற்றாண்டு. சிறுவயதிலேயே அதிக நினைவாற்றல் உடையவர். தனது பத்தாவது வயதிலேயே முழுக் குரானையும் மனப்பாடம் செய்து பொருளுடன் ஒப்புவித்தாராம்.

இவரது பதினெட்டாம் வயதில் அரேபிய மன்னரின் அரசவை மருத்துவராக நியமிக்கப்பட்டார். இவர் பல மருத்துவ நூல்களை இயற்றியுள்ளார். அதில் குறிப்பிடத்தக்கது 'காளான் மெடிசினி' என்னும் நூல் 17ஆம் நூற்றாண்டு வரை மருத்துவ வல்லுனர்களுக்கு வழிகாட்டியாகப் பயன்பட்டது.

அலி சென்னாவின் முக்கியமான ஆய்வுகளில் ஒன்று அவரது நீரிழிவு பற்றிய ஆய்வுதான். நீரிழிவு நோயைப் பற்றி உலகிலேயே முதல் முதலாகத் தகவல் வெளியிட்டவர் இவரே.

'சிறுநீர் வழியாகச் சர்க்கரைச் சத்து வெளியேறும் நிலையில் ஒரு நோய் இருக்கின்றது' என அவர் குறிப்பிட்டுள்ளார். இது தெளிவற்றதாக இருப்பினும் அது மிகவும் பயன்பட்டது. மேலும் அவர் அந்நோய் தோன்றுவது குறித்த காரணங்களையும் ஓரளவு ஆராய்ந்து கூறியிருக்கின்றார்.

இந்த அரேபிய மருத்துவ மாமேதை வடபாரசீகத்திலுள்ள ஹமிதான் என்ற இடத்தில் மரணம் அடைந்தார்.

13 பிரெஞ்சு நாட்டு மருத்துவ மேதை

1888ஆம் ஆண்டு பிரெஞ்சு நாட்டில் பிறந்த பெர்னால்டு முதலில் மருத்துவத்தில் நாட்டம் செலுத்தவில்லை. தான் ஒரு நாடக ஆசிரியராக எதிர்காலத்தில் புகழ் பெற வேண்டும் என நினைத்தார்.

பெர்னால்டு அக்காலத்தில் பெரும் மருத்துவ வல்லுனராக இருந்த ஒரு நண்பரிடம் தான் எழுதிய நாடகங்களையெல்லாம் படித்துக் காண்பித்தார். இதையெல்லாம் கேட்டுக் கொண்டிருந்த அவர், 'உமக்கும் நாடகத் துறைக்கும் ஒத்துவராது. உடனடியாக ஒரு மருத்துவக் கல்லூரியில் சேர்த்து படித்து டாக்டராக முயற்சி செய்யும்!' என்று கூறினார். அது அவருக்குச் சங்கடத்தைத் தந்தாலும் பின்னர் உண்மையை அறிந்து மருத்துவக் கல்லூரியில் சேர்ந்து பட்டம் பெற்றார்.

மருத்துவத் தொழில் செய்து பொருள் குவித்ததோடு அவர் உடலியல் தொடர்பாகப் பல ஆராய்ச்சிகளைத் தீவிரமாக மேற்கொண்டு நடத்திப் பல உண்மைகளைக் கண்டறிந்தார்.

மனிதனின் உணவு மண்டலச் செயல்பாடுகளைத் தெளிவாக விளக்கினார். உணவு எவ்வாறு செரிமானம் அடைகின்றது, அது எவ்வாறு சத்தாக மாற்றப்பட்டு உடலின் பல பகுதிகளுக்கு அனுப்பப்படுகின்றது போன்றவற்றிற்கு விடை கண்டார்.

மேலும் அவர் கல்லீரலின் செயல்பாடுகளையும் தெளிவாக விளக்கித் தகவல்களை வெளியிட்டார்.

கிளாடு பெர்னால்டு தமது 50ஆவது வயதில் மரணமடைந்தார். இவரது உடலியல் ஆராய்ச்சிகள் இவரை இன்றளவும் ஒப்பற்ற மேதை என நிரூபித்துக் கொண்டுள்ளன.

14 ஹோமியோபதியின் தந்தை சாமுவேல் ஹானிமன்

1755ஆம் ஆண்டு ஏப்ரல் 10ஆம் தேதி ஜெர்மனி நாட்டில் பிறந்தவர்தான் சாமுவேல் ஹானிமன். மருத்துவத்தின் மூலம் மக்களுக்கு உதவ வேண்டும் என்பதே இவரின் குறிக்கோள். இவர் 1778ஆம் ஆண்டு மருத்துவக் கல்வியில் பட்டம் பெற்றார்.

இவர் டாக்டராகப் பணியாற்றியபோது நோய் குறித்தும் அவற்றைக் குணமாக்குவது குறித்தும் தமது பார்வையில் ஆராய்ந்து வந்தார். நிரந்தரமாக நோயைக் குணமாக்கும் வழிமுறைகளைப் பற்றித் தீவிரமாக ஆராய்ந்து ஹோமியோபதி மருத்துவமுறையைக் கண்டுபிடித்தார்.

இன்று உலகெங்கும் ஹோமியோபதி மருத்துவமுறை செல்வாக்குடன் உள்ளது. ஆங்கில மருத்துவமுறைக்கு ஈடாக இது மக்களின் நோயைக் குணமாக்கி வருகின்றது என்று மருத்துவ மேதைகளே கூறுகின்றனர். தமிழ்நாட்டிலேயே இது மிகவும் வளர்ந்து வருகின்றது. அனைத்து நகரங்களிலும் ஹோமியோபதி மருத்துவமனைகள் உள்ளன. இம்முறையைத் தமிழக அரசு ஏற்றுக் கொண்டுள்ளது. இந்த முறையைப் பயிற்சி அளிக்கவும் வழி செய்துள்ளது.

சில கடுமையான நோய்களுக்குத் தீர்வுகாண அலோபதி மருத்துவர்களும் நம்புவது ஹோமியோபதி முறையைத்தான். அந்த அளவிற்கு இந்த மருத்துவமுறை சிறப்பாக வளர்ந்து வருகின்றது. இத்தகைய ஒரு அற்புதமான மருத்துவ முறையைக் கண்டுபிடித்து சாமுவேல் ஹானிமன் மனிதகுலத்திற்கு ஒப்பற்ற தொண்டாற்றியுள்ளார்.

15 பறவை ஆய்வாளர் ஜான் ஜேம்ஸ் ஆடுபான்

1784ஆம் ஆண்டில் ஹைட்டி என்ற பகுதியில் உள்ள லெதேய்ஸ் என்னுமிடத்தில் ஆடுபான் பிறந்தார். குழந்தைப் பருவத்திலேயே இவர் தனது தாயை இழந்தார். இவர் தனது தந்தையுடன் பிரான்ஸ் நாடு சென்றார்.

தன் மகன் ஒரு படைவீரனாக வேண்டும் என்பதே அவரது எண்ணம். ஆனால், ஆடுபானுக்கு அதில் ஆர்வமில்லை என்பதை அறிந்த தந்தை பிலடெல்பியா என்ற இடத்தில் உள்ள நிலங்களைக் கவனித்துக் கொள்ளத் தன் மகனை அனுப்பினார். ஆனால், அதிலும் ஆடுபானுக்கு விருப்பம் இல்லை. அங்கு அவர் லூலி பிளாக் என்ற பெண்ணை மணந்து கொண்டு நிலபுலங்களை விற்று வாழ்ந்து வந்தார். இதனால் விரைவிலேயே ஏழையானார். சிறுசிறு வேலைகள் பார்த்துப் பிழைத்து வந்தார் அப்போதுதான் அவருக்குப் பறவைகள் பக்கம் கவனம் திரும்பியது.

பறவைகளை ஆராயக் கடும் முயற்சி கொண்டு காடுகளில் அலைந்து தகவல்களைத் திரட்டினார். அவற்றையெல்லாம் நூல்களாக வெளியிட்டார். பல பகுதிகளாக இருந்த அந்த நூலை அமெரிக்கப் புத்தக வெளியீட்டாளர்கள் வெளியிட முன் வரவில்லை. ஆனால், இங்கிலாந்து பிரான்ஸ் நாட்டு வெளியீட்டாளர்கள் அந்நூல்களை வெளியிட முன்வந்தனர்.

மக்களிடமும், ஆராய்ச்சியாளர்களிடமும் அந்நூல் நல்ல வரவேற்பைப் பெற்றது. பறவை ஆராய்ச்சியாளர்கள் பலரும் ஆடுபானின் பணியை வியந்து பாராட்டினர்.

ஆடுபான் தனது அறுபதாவது வயதில் காலமானபோது அவர் ஒரு உலகம் அறிந்த பறவைகள் ஆய்வாளராகப் புகழ் பெற்றிருந்தார்.

16 அதிசய விஞ்ஞானி ஆல்பர்ட் ஐன்ஸ்டீன்

1879ஆம் ஆண்டு மார்ச் திங்கள் 14ஆம் நாள் ஜெர்மன் நாட்டில் உள்ள உர்டன்பர்க் என்னுமிடத்தில் ஜெர்மனியத் தந்தைக்கும், யூதத் தாய்க்கும் பிறந்தவர்தான் ஆல்பர்ட் ஐன்ஸ்டீன்.

உலகின் மிகப்பெரிய ஆற்றலான அணுசக்தியைத் தோற்று விப்பது குறித்தும் அதனைப் பல்வேறு வகையாகப் பயன்படுத்திக் கொள்வது குறித்தும் திட்டவட்டமன நடைமுறைகளைக் கண்டுபிடித்தவர் ஆல்பர்ட் ஐன்ஸ்டீன். மேலும் இவர் வியக்கத்தக்க வகையில் பிரபஞ்சத் தோற்றம், வடிவம் குறித்த கொள்கை களையும் கூறியுள்ளார். இவருடைய ரிலேட்டிவிட்டி தத்துவம் மிகவும் சிக்கலானது. ஆனால், மிக முக்கியமாகப் பெரும் அறிஞர்களால் ஏற்றுக் கொள்ளப்பட்டது.

ஐன்ஸ்டீன் சுவிட்சர்லாந்து நாட்டில் கல்வி பயின்றார். மேற்கண்ட சாதனைகளைப் படைத்த ஐன்ஸ்டீன் பள்ளியில் நுழைந்த உடனே தனது அறிவை இழந்துவிடுவார் போலும். இவர்தான் பள்ளியிலேயே படிக்கும் எண்ணம் சிறிதும் இல்லாத முட்டாள் என்று ஆசிரியர்கள் இவரைத் திட்டித் தீர்த்தனர். இவரது பெற்றோரிடம் இவர் தனது சொந்த முயற்சியால், கணிதம், பௌதிகம் போன்ற துறைகளில் தேர்ச்சி பெற்றார்.

1905ஆம் ஆண்டில் தொடர்புக் கொள்கை (Relativity) என்ற உலகப் புகழ்பெற்ற விஞ்ஞானத் தத்துவத்தை வெளியிட்டார்.

சுவிட்சர்லாந்து நாட்டுக் குடிமகனாகத் தன்னைப் பதிவு செய்து கொண்ட ஐன்ஸ்டீன் 1901ஆம் ஆண்டு சூரிச் பல்கலைக்கழகத்தில் தனி உதவிப் பேராசிரியராகப் பணியாற்றினார்.

1920ஆம் ஆண்டு பௌதிகத்திற்கான நோபல் பரிசு ஐன்ஸ் டீனுக்கு கிடைத்தது. 1933ஆம் ஆண்டு பெர்லினில் பணியாற்றிய ஐன்ஸ்டீன் ஹிட்லரின் யூத ஒழிப்புக் கொள்கையின் காரணமாக நாட்டைவிட்டு வெளியேறி அமெரிக்காவிற்குச் சென்றார். 1940இல் அமெரிக்கக் குடிமகனாக ஆனார்.

ஐன்ஸ்டீன் தான் இறப்பதற்குக் கொஞ்ச நேரத்திற்கு முன்பு தீவிரமான ஆராய்ச்சியில் ஈடுபட்டிருந்தார் என்பது குறிப்பிடத் தக்கதாகும். பல வகையிலும் உலகம் முழுவதும் புகழ் பெற்றிருந்த ஆல்பர்ட் ஐன்ஸ்டீன் 1955ஆம் ஆண்டு மறைவெய்தினார்.

17 பௌதிக மற்றும் வானியல் மேதை கலீலியோ

1564ஆம் ஆண்டு பிப்ரவரி திங்கள் 15ஆம் நாள் உலக அதிசயங்களில் ஒன்றான சாய்ந்த கோபுரம் உள்ள பைசா நகரில்தான் கலீலியோ பிறந்தார்.

பள்ளிப் படிப்பு முடிந்ததும் மருத்துவக் கல்லூரியில் சேர்ந்து பயின்றார். பின்பு அவர் மனம் கணிதத்தின் பக்கம் திரும்பியது. 1589 முதல் 1591ஆம் ஆண்டுவரை பைசா நகர் பல்கலைக்கழகத்தில் கணிதப் பேராசிரியராகப் பணியாற்றினார். 1592இல் பதுவா பல்கலைக்கழகத்தில் கணிதப் பேராசிரியராகப் பணியாற்றினார்.

அங்கு பணிபுரிந்து கொண்டிருக்கும் போதுதான் அவருக்குப் பெரும் புகழை வாங்கித் தந்த தொலைநோக்கியைக் கண்டு பிடித்தார் (டெலஸ்கோப்). இதைக் கொண்டு வானத்தை ஆராய்ச்சி செய்து நட்சத்திரங்கள் குறித்துப் பல உண்மைகளைக் கண்டார்.

சனிக் கோளிற்கு வளையம் அமைந்திருப்பதையும் கலீலியோவே கண்டு கூறினார்.

பூமியின் சுழற்சி குறித்தும் பல ஆய்வுகளை மேற்கொண்ட கலீலியோ பல தீர்க்கமான உண்மைகளைக் கண்டுபிடித்துப் புகழ்பெற்றார்.

கலீலியோவின் கருத்துக்கள் மதத்திற்கும், கடவுளிற்கும் எதிரானது என்று கூறி மதகுருமார்கள் அவரைக் கடுமையாக எதிர்த்து வந்தனர். துன்புறுத்தவும் செய்தனர்.

அக்காலத்திலேயே பல அரிய கண்டுபிடிப்புகளை நடத்திய கலீலியோ 1642இல் மரணமடைந்தார்.

18 டீசல் இயந்திரத்தைக் கண்ட ருடால்ப் டீசல்

1858ஆம் ஆண்டில் ஜெர்மன் நாட்டில் பிறந்தார். டீசலின் தந்தை ஒரு கொல்லராக இருந்ததால் டீசலால் தொழில்துறையில் நன்கு பயிற்சி பெற முடிந்தது.

ஆஸ்பர்க் தொழிற் பள்ளியில் பயின்ற டீசல் மியூனிச் தொழில்நுட்பப் பள்ளியின் சிறந்த மாணவர்களில் ஒருவரானார். எனவே, உபகாரச் சம்பளமும் பெற்றார். தனது இருபதாம் வயதில் தொழிற்பயிற்சியை முடித்தார்.

ஒரு முறை டீசல் டாக்டர் கார்ல்வின்ட் என்பவரது சொற் பொழிவைக் கேட்டார். அவர் நீராவி இயந்திரம் 90% நிலக்கரி ஆற்றலை வீணடிப்பதாகக் கூறினார். மேலும் எரிபொருளின் சக்தியை நேரடியாக இயந்திரங்களில் பயன்படுத்துவது குறித்தும் நுணுக்கமாக விளக்கினார். அப்பேச்சு டீசலின் மனதில் ஆழமாகப் பதிந்தது.

பின்னர் டீசல் திருமணம் புரிந்து கொண்டு பிரான்ஸ் நாட்டின் தலைநகரான பாரிசில் வாழ்ந்து வந்தார். அங்கு அவர் பேராசிரியர் வின்டின் பனிக்கட்டி தயாரிக்கும் கருவி விற்பனையாளராகப் பணிபுரிந்தார். அந்நாட்களில் இரவு நேரங்களில் கார்ல்வின்ட் அவர்களின் சொற்பொழிவை மனதில் கொண்டு தனது கனவு இயந்திரத்தைத் தயாரிக்கும் முயற்சியில் இறங்கினார். அதை வரைபடமாக வரைந்தார். அதன் விளக்கத்தையும் எழுதினார். அப்போது அவரது வயது 35. பின் அவர் பெர்லின் நகரத்தில் இருக்கும் வின்டின் அலுவலகத்திற்கு மாற்றப்பட்டார். 1893இல் அவரது குறிப்புகள் அச்சிடப்பட்டன. அதற்குச் சில எதிர்ப்புகள் இருந்தபோதிலும் கரூப் என்பவர் இயந்திரத்தை உருவாக்க முன்வந்தார். 1893ஆம் ஆண்டு டீசலின் முதல் சோதனை ஓட்டம் பார்க்கப்பட்டது. பின்னர் அதில் பல மாறுதல்கள் செய்து தனது 'டீசல் இயந்திரத்தை' ஆக்ஸ்பார் நகரில் 25 குதிரைத்

திறனுடையதாக நிரூபித்துக் காட்டினார். அதை நிலக்கரிப்பொடி, விளக்கெண்ணெய், மீன் எண்ணெய், பருத்தி விதை எண்ணெய் போன்றவற்றைக் கொண்டு இயக்கிக் காட்டினார். பதினைந்து ஆண்டுகளில் 'டீசல் இயந்திரம்' பிரபலம் அடைந்தது. மியூனிச் நகரில் மாளிகை கட்டிக் குடியேறினார். ஐந்து நாட்களில் 'டீசல் இயந்திரம்' தயாரிக்கப்பட்டது.

1912இல் தனது 'டீசல் இயந்திரத்தை' அமெரிக்காவில் பரப்பக் கப்பலில் அமெரிக்கா சென்று திரும்பினார். 1913ஆம் ஆண்டு செப்டம்பர் திங்கள் 29ஆம் நாள் டீசல் லண்டனுக்குப் போய்க் கொண்டிருந்தார். இரவு நண்பர்களோடு பேசி மகிழ்ந்து கொண் டிருந்த டீசலைக் காலையில் காணவில்லை. ஒரு வாரத்திற்குப்பின் டீசலின் உடலை டச்சுப் படகு கண்டுபிடித்தது. டீசல் எஞ்ஜினின் நுணுக்கங்களை வெளிநாட்டவர்க்குச் சொல்லிக் கொடுத்துவிடுவார் என்று ஜெர்மானிய ஒற்றர்கள் அவரைக் கடலில் தள்ளிக் கொன்றதாகக் கூறப்பட்டது.

ஆனால், ஓராண்டிற்குப் பிறகு டீசலின் மகன் அவரது தந்தையின் வரலாற்றை வெளியிட்டபோதுதான் உண்மை தெரிந்தது. டீசல் தன் மகனிடம் தற்கொலை செய்ய வழிகளைக் கேட்டுள்ளார். அவர் பொதுவாகக் கேட்கிறார் என்று எண்ணிக் கடலில் குதிப்பதுதான் சிறந்த முறை என்று கூறியுள்ளார். டீசலும் அவர் கூறிய முறையிலே தற்கொலை செய்து கொண்டார்.

அவரிடம் பணமும் புகழும் இருந்தபொழுதிலும் தனது இயந்திரத்தை மேம்படுத்தப் பலரிடம் கடன் பெற்றிருந்திருக் கின்றார். தனது இந்த நிலையை வெளியிடாமலேயே தன் வாழ்க்கையை முடித்துக் கொண்டார் அந்த அறிஞர்.

19 அச்சு இயந்திரத்தைக் கண்டுபிடித்த விஞ்ஞானி

1422ஆம் ஆண்டு இங்கிலாந்தில் பிறந்தவர் காக்ஸ்டன். முதன் முதலாக அச்சு இயந்திரத்தை நிறுவி நூல்களை அச்சடித்தும்

வெளியிட்டும் வந்தவர் வில்லியம் காக்ஸ்டன். இதனால் அச்சுத்துறையில் பெரும் புரட்சியை ஏற்படுத்தினார்.

தொடக்கத்தில் வணிகத்தில் ஈடுபட்டிருந்த காக்ஸ்டன் வணிக நோக்கத்துடன் பெல்ஜியம் நகரிலுள்ள பருகஸ் நகரில் சில காலம் தங்கினார். அங்கே அவருக்குக் கோமகன் பர்கண்டியின் ஆதரவு கிடைத்தது.

கோமகன் பர்கண்டியின் தூண்டுதலால் அவர் பிரெஞ்சுப் பணியில் ஈடுபட்டார்.

காக்ஸ்டனுக்கு அச்சுத்துறையின் பக்கம் கவனம் திரும்பியது. அக்காலத்தில் அச்சுத்துறை தொடக்க நிலையில் வளர்ச்சியடைந்து கொண்டிருந்தது. அத்துறையை மேம்படுத்தவும் தனது நூல்களை வெளியிடவும் 1476ஆம் ஆண்டு காக்ஸ்டன் இங்கிலாந்து நாட்டுக்குத் திரும்பி வெஸ்ட் மினிஸ்ட் என்ற இடத்தில் நவீன சாதனங்களுடன் அச்சு இயந்திரம் ஒன்று அமைத்தார்.

அதில் தனது முயற்சியால் பல சீர்திருத்தங்களைச் செய்து நவீன யுக்திகளைப் புகுத்தி, தான் மொழிபெயர்த்த நூலை அச்சிட்டு வெளியிட்டார்.

பல நூல்களை எழுதி அவற்றைத் தனது சொந்த அச்சகத் திலேயே அச்சிட்டு உலகப் புகழ்பெற்றார். அவருடைய இலக்கிய நடை பலராலும் பாராட்டப்பட்டது.

நவீன அச்சுத்துறைக்கும், அச்சு இயந்திரத்திற்கும் அடிப்படை வகுத்த பெருமை இவரையே சேரும். எனவே, நவீன அச்சு இயந்திரத்தின் தந்தை எனப் போற்றப்பட்டார். 1901ஆம் ஆண்டு காக்ஸ்டன் மரணமெய்தினார்.

20 விசைத் தறியைக் கண்டுபிடித்த விஞ்ஞானி

1743ஆம் ஆண்டு இங்கிலாந்து நாட்டில் பிறந்தவர் கார்ட்ரைட். உலகிலேயே முதன் முதலாக விசைத்தறியைக்

கண்டுபிடித்துத் துணி நெசவுத் துறையில் ஒரு புதிய சகாப்தத்தைத் தோற்றுவித்தவர் எட்மண்ட் கார்ட்ரைட் என்ற அறிஞராவார். முறைப்படி கல்வி கற்ற கார்ட்ரைட்டின் ஆசை பாதிரியாராக வாழ வேண்டும் என்பதே. அவரது ஆசைப்படியே பாதிரியாராக ஒரு மாதாகோயிலில் சேர்ந்தார்.

அவரது 40ஆவது வயதில் மான்செஸ்டர் நகரில் நடைபெற்ற விழாவிற்குச் சென்றிருந்த கார்ட்ரைட், ஆர்க்ரைட் என்பவரைச் சந்தித்தார். இவர் நூல் நூற்கும் இயந்திரத்தைக் கண்டுபிடித்துப் புகழ்பெற்றிருந்தார். கார்ட்ரைட், ஆர்க்ரைட்டிடம் விசைத்தறி ஒன்றைத் தயாரிக்கும்படி கேட்டுக் கொண்டார். ஆனால், அவர் அதற்கு ஒத்துக் கொள்ளவில்லை. பின்னர் கார்ட்ரைட் தானே விசைத்தறியைத் தயாரிக்கும் முயற்சியில் இறங்கினார்.

ஓராண்டு கடுமையான உழைப்பிற்குப் பின் நீர் விசையால் இயங்கக்கூடிய நெசவு இயந்திரத்தைக் கண்டுபிடித்தார். இது கைத்தறி நெசவாளர்களின் தொழிலைக் குலைத்துவிடும் என அறிந்த அவர்கள் இவரது இயந்திரத்தை எரித்துவிட்டனர்.

மனம் தளராத கார்ட்ரைட் மீண்டும் விசைத்தறியை உருவாக்கினார். 1807ஆம் ஆண்டு பிரிட்டிஷ் பாராளுமன்றம் இவரது கண்டுபிடிப்பைப் பாராட்டிப் பத்தாயிரம் பவுன் வழங்கியது. 1823ஆம் ஆண்டு எட்மண்ட் கார்ட்ரைட் மரணமடைந்தார்.

21 வானியல் ஆராய்ச்சியாளர் நிக்கலஸ் கோபர்நிக்ஸ்

1473ஆம் ஆண்டு போலந்து நாட்டில் வணிகர் ஒருவருக்கு மகனாகப் பிறந்தார். தற்காலத்தில் நடைபெறுகின்ற நவீன யுக வானமண்டல ஆராய்ச்சிக்கு முதன் முதலாக வழிகாட்டியவர் நிக்கலஸ் கோபர்நிகஸ் என்ற அறிவியல் வல்லுனர்.

குழந்தைப் பருவத்திலேயே தந்தையை இழந்த கோபர்நிகஸ் மெர்லாந்து என்ற இடத்தில் பாதிரியாராகப் பணிபுரிந்த மாமாவின் ஆதரவில் வளர்ந்து வந்தார்.

தொடக்கத்தில் போலந்தில் கிராகேர் பல்கலைக்கழகத்தில் கணிதம் பயின்ற கோபர்நிகஸ் பின்னர் இத்தாலியில் கிறிஸ்தவ சமயச் சட்டதிட்டங்களையும், வீண்மீன்களைப் பற்றியும் கற்றுத் தேர்ந்தார். பின்னர் பதுவா என்ற நகருக்குச் சென்று மருத்துவக் கல்வி பயின்றார்.

1512இல் அவரது மாமா இறந்ததால் கோபர்நிகஸ் பாதிரியாராகப் பதவியேற்றார். இப்பணியில் இருக்கும்போதே வானியல் சாத்திரங்களிலும் கவனம் குறையாமல் கடுமையாக ஆய்வு மேற்கொண்டு வந்தார்.

தனது கடுமையான ஆராய்ச்சியின் பலனாய் வானில் கோள்கள் சூரியனை மையமாகக் கொண்டு சுற்றி வருகின்றன என்ற மாபெரும் உண்மையைக் கண்டுபிடித்தார்.

சாமானியர்க்கும் புரியும் வகையில் வானியல் உண்மைகளை விளக்கிப் பல நூல்களை எழுதினார் கோபர்நிகஸ்.

கோபர்நிகஸ் தன்னுடைய வானியல் ஆராய்ச்சி நூலை எழுதிக் கொண்டிருந்த நிலையில் 1543ஆம் ஆண்டு மறை வெய்தினார்.

22 பரிணாம வளர்ச்சியைக் கூறிய சார்லஸ் டார்வின்

1809ஆம் ஆண்டு இங்கிலாந்து நாட்டில் ஷ்ருஸ்ப என்னும் ஊரில் பிறந்தவர் சார்லஸ் டார்வின். மனிதன் குரங்கிலிருந்து மாறுபாடு அடைந்து வளர்ச்சி பெற்றவன் என்ற உண்மையினை டார்வின்தான் கண்டு கூறினார். உலகிலேயே முதன் முறையாக உயிரினங்களின் பரிணாம வளர்ச்சியைப் பற்றித் தெளிவான கருத்துக்களை வெளியிட்டவர் சார்லஸ் டார்வினே ஆவார்.

சார்லசின் தந்தையும் பாட்டனாரும் மருத்துவமேதைகள். எனவே, டார்வினும் மருத்துவக் கல்லூரியில் பயின்றார். ஆனால், அவருக்கு அதில் மனம் செல்லவில்லை. டார்வினுக்கு ஹென்லே என்ற தாவரவியல் பேராசிரியரின் நட்புக் கிடைத்தது.

இயற்கை வன ஆராய்ச்சி செய்யும் நோக்கத்துடன் சுற்றுப் பயணம் புறப்பட்ட 'பீக்ஸ்' என்ற கப்பலில் டார்வினும் ஓர் ஆராய்ச்சியாளராக அனுப்பப்பட்டார். ஐந்தாண்டுகள் தொடர்ந்து அப்பயணத்தைப் பயன்படுத்திக் கொண்டு டார்வின் உயிரியல் மற்றும் தாவரவியலில் தேர்ச்சி பெற்றார். அவர் இங்கிலாந்து திரும்பியதும் தாவரவியல் உயிரியல் தொடர்பாக ஆய்வுகளை மேற்கொண்டார். தீவிர ஆராய்ச்சியின் முடிவில் அவர் ஒரு நூலை வெளியிட்டார். 1859இல் அந்நூல் அறிஞர்கள் முன் அரங்கேற்றப் பட்டது. முதலில் அவரது கருத்துக்குப் பலத்த எதிர்ப்புகள் தெரிவிக்கப்பட்டன. நாளடைவில் டார்வின் கருத்தே சிறந்த அடித்தளம் உடைய உண்மை என மக்களாலும், அறிஞர்களாலும் ஏற்றுக் கொள்ளப்பட்டது.

1882இல் சார்லஸ் டார்வின் மறைந்தார்.

23 இரத்த ஓட்டத்தை விளக்கிய வில்லியம் ஹார்வி

1578ஆம் ஆண்டு வில்லியம் ஹார்வி பல இடையூறுகளைச் சமாளித்து மருத்துவக் கல்வியை முடித்தார். அக்காலத்தில் இத்தாலி பாதுவா மருத்துவக் கல்லூரியில் தேர்ச்சி பெற்ற டாக்டர்களுக்குச் சமூகத்தில் உயர்ந்த மரியாதை உண்டு.

எனவே, ஹார்வி இத்தாலிக்குப் பயணமானார். அங்கு கல்வி பயின்று 1602ல் இங்கிலாந்து திரும்பினார். இத்தாலிக் கல்லூரியில் இரத்த ஓட்டம் குறித்த தெளிவான விளக்கம் அவருக்குக் கிடைக்க வில்லை. எனவே, அது குறித்த ஆய்வில் தீவிரமாக இறங்கினார் ஹார்வி.

பாம்பையும், பிற உயிரினங்களின் உடலையும் அறுத்து அதன் இரத்த ஓட்டங்களை ஆராய்ந்தார். அதன்மூலம் மனிதனின் இரத்த ஓட்டமுறையை யூகித்து அறிந்தார்.

அக்காலத்தில் கைதேர்ந்த மருத்துவர்களும் உடலின் இரத்த ஓட்டத்தைப் பற்றியும், உள்ளுறுப்புகள் அமைப்பு மற்றும்

இயக்கங்கள் பற்றியும் அறிந்திருக்கவில்லை. தாமாக யூகித்தே சிகிச்சை அளித்து வந்தனர். ஆனால், ஹார்வி இரத்த ஓட்டத்தைப் பற்றியும் உள்ளூறுப்புகளைப் பற்றியும் விரிவாக ஆய்வு செய்து தெளிவான உண்மைகளைக் கூறினார். ஆனால், அதைப் பிற மருத்துவர்கள் முற்றிலுமாக நிராகரித்துக் கேலி செய்தனர்.

ஆனால், பிற்காலத்தில் அவர்களே இவரது கருத்துக்களை ஏற்றுக்கொள்ள வேண்டிய கட்டாயம் ஏற்பட்டது. அவரது கருத்துக்கள் உண்மை என்பதைத் தற்கால நவீன ஆய்வுகளும் உறுதிப்படுத்துகின்றன.

இந்த உடலியல் நிபுணர் வில்லியம் ஹார்வி 1657ஆம் ஆண்டு மறைவெய்தினார்.

24 அறுவைச் சிகிச்சையை மேம்படுத்திய ஜோஸப் லிஸ்டர்

1797ஆம் ஆண்டு இங்கிலாந்தில் பிறந்தவர் ஜோஸப் லிஸ்டர். அறுவைச் சிகிச்சை முறைகள் அக்காலத்தில் பல குறை பாடுகளைக் கொண்டிருந்தன. இத்துறையில் தனிச்சிறப்புடன் தேர்ச்சி பெற்றால் பேரும் புகழும் பெறலாம் என அறிந்த தந்தை அவரை மருத்துவக் கல்வி பயில லண்டனிற்கு அனுப்பி வைத்தார். அங்கே லிஸ்டருக்குச் சிறந்த அறுவைச் சிகிச்சை நிபுணரான ருந்தராபர்ட் லிஸ்டன் என்ற அறிஞரின் நட்புக் கிடைத்தது.

அந்த அறிஞர் அறுவைச் சிகிச்சையில் புதிய நவீனங்களைக் கையாள்வது குறித்து ஆராய்ந்து வந்தார்.

அக்காலத்தில் அறுவை செய்யும்போது எவ்வளவு கவனமாக இருந்தாலும் சிகிச்சைக்குப் பின் புண் புரையோடிச் சீழ் வைத்து விடுவதன் விளைவாகப் பெரும்பாலானோர் மரணமடைந்து விடுவர். எனவே, இரண சிகிச்சை செய்து கொள்ள மக்கள் அஞ்சினர். இதற்கு என்ன காரணம் என்று யாருக்கும் புரியாமல் இருந்தது.

இரணசிகிச்சை செய்யப்பட்ட புண்ணில் காற்றில் உள்ள கிருமிகள் படிவதன் காரணமாக இரணம் புரையோடி நோயாளிகள் இறக்கின்றனர் என்ற உண்மையைக் கண்டறிந்த ஜோஸப் லிஸ்டர் 1851ஆம் ஆண்டு எடின்பரோவில் மருத்துவப் பள்ளி விரிவுரை யாளராகப் பணியாற்றிக் கொண்டிருந்தார்.

இந்த உண்மையைக் கண்டறிந்த லிஸ்டர் அதற்குத் தகுந்த மருந்து ஒன்றைக் கண்டுபிடித்தார். இம்மருந்தை அறுவைச் சிகிச்சைக்கு முன்னும் பின்னும் பிரயோகித்ததால் இரணம் சீழ் பிடிப்பது முற்றிலும் நின்றுவிட்டது. இத்தகைய அற்புதக் கண்டுபிடிப்பை நிகழ்த்திய பேரறிஞர் ஜோஸப் லிஸ்டர் 1912ஆம் ஆண்டு மறைவெய்தினார்.

25 எக்ஸ் – கதிரைக் கண்டுபிடித்த விஞ்ஞானி

எக்ஸ் கதிர்களைக் கண்டுபிடித்தவர் இராண்ட்ஜென் ஆவார். இவர் ஹாலந்து நாட்டுப் பள்ளியில் பயின்றபோது ஆசிரியரைக் கேலி செய்ததற்காகப் பள்ளியிலிருந்து வெளியேற்றப்பட்டார். சுவிட்சர்லாந்தில் அறிஞர் பட்டம் பெற்றார். அவருக்கு அறிவியலின் பக்கம் கவனம் திரும்பியது.

எக்ஸ்ரேயைக் கண்டுபிடித்து ஏழுவாரங்களுக்கு அதைத் தொடர்ந்து சோதனை செய்து உறுதிப்படுத்திக் கொண்டார். 1895ஆம் ஆண்டு டிசம்பர் திங்கள் இருபத்தெட்டாம் நாள் எக்ஸ்கதிரை அதிகாரப் பூர்வமாக வெளியிட்டார். மேலும் இவை உடல் உள்உறுப்புகளின் நிழல் படங்களைத் தருவதையும், மின் மற்றும் காந்தப்புலங்களால் பாதிப்படையாததையும் விளக்கினார்.

தனது கண்டுபிடிப்பைப் பற்றிச் சொற்பொழிவுகள் ஆற்றத் தொடங்கினார். மக்களும் அறிஞர்களும் ஆர்வமாகக் கேட்டனர். யாருக்காவது தங்களது கையை எக்ஸ்ரே படம் எடுக்க விருப்பம் உள்ளதா என இராண்ட்ஜென் கேட்டபோது 'கோலிக்கர்' என்ற எண்பது வயது அறிஞர் கைநீட்டினார். அந்த நிழற்படத்தைக் கண்ட மக்கள் இராண்ட்ஜென்னை வெகுவாகப் பாராட்டினார்கள்.

சில ஆண்டுகளுக்குப் பிறகு எக்ஸ்கதிர்கள் தான் இரத்தத்தில் தோன்றும் புற்றுநோய்க்குக் காரணம் எனக் கண்டுபிடிக்கப்பட்டது.

எக்ஸ்கதிர்கள் அறிவியலில் ஒரு புது சகாப்தத்தையே ஏற்படுத்திவிட்டது எனலாம். நியூஜெர்சி சட்டப் பேரவையில் சிலர் எக்ஸ்ரேக்கள் பெண்களின் மானத்திற்குப் பங்கம் விளைவிப்பதாகக் கூறி அதைத் தடைசெய்ய முயன்றனர்.

நோபல் பரிசுத் திட்டம்தொடங்கியபோது முதல் முதலாக நோபல் பரிசு பெற்றவர் என்ற பெருமை இராண்ட்ஜெனையே சேரும். பின் இவருக்கு இராம்போர்ட் பதக்கமும் கிடைத்தது. பவேரியா நாட்டு மன்னர் இராண்ட்ஜென்னின் பெயருக்கு முன் 'வான்' என்ற அரசுக் கௌரவத்தைக் குறிக்கும் சொல்லைச் சேர்த்துக் கொள்ள அனுமதித்தார். ஆனால், இராண்ட்ஜென் அதைப் பெருமிதத்துடன் மறுத்தார். பணம் சம்பாதிப்பது அவரது நோக்கமாக இல்லை. எனவே, அவர் தனது கண்டுபிடிப்பைக் கொண்டு அவ்வளவு பணம் சம்பாதித்துவிடவில்லை.

முதல் உலகப் போரிற்குப் பின்னர் பண வீக்கத்தால் ஜெர்மனியில் வறுமை மக்களை வாட்டியது. அதில் இராண்ட்ஜென்னும் சிக்கி வறுமையின் கோரப்பிடியில் மரணமடைந்தார்.

26 நீராவி இயந்திரம் படைத்த விஞ்ஞானிகள்

நீராவி இயந்திரத்தைப் பலர் வடிவமைத்து இருந்தாலும் இன்று நாம் காணுகின்ற நன்கு சீர்திருத்தப் பெற்ற நீராவி இயந்திரங்களின் மாதிரியைத் திட்டமிட்டு அமைத்தவர்கள் 'திருவிதிக்' என்பவரும், ஸ்காட்லாண்ட்காரரான ஜேம்ஸ் வாட்டும்தான்.

திருவிதிக் 1804ஆம் ஆண்டு பிப்ரவரி மாதம் 21ஆம் தேதி முதன் முதலாகத் தண்டவாளத்தின்மீது நீராவி ரயில் வண்டியை ஓட வைத்தார்.

ஜேம்ஸ்வாட் தனது சிறுவயதில் அடுப்பருகே அமர்ந்து நீர் கொதிப்பதைக் கவனித்துக் கொண்டிருந்தார். நீர் நன்கு கொதித்து அதிலிருந்து எழுந்த நீராவி மூடியைத் தள்ளுவதைக் கவனித்தார். இதிலிருந்து நீராவியின் பெருஞ்சக்தியை அவர் உணர்ந்தார்.

இவரது மனதில் ஏற்பட்ட இந்தச் சிந்தனையின் காரணமாகப் பின்னாளில் பிரம்மாண்டமான நீராவி இயந்திரங்கள் வடிவமைக்கப்பட்டன. பல அறிஞர்களின் முயற்சி காரணமாக நீராவி இயந்திரங்கள் மக்களின் பயன்பாட்டிற்குக கொண்டு வரப்பட்டன.

ஹீரோ என்ற அலெக்ஸாந்திரியாவில் வசித்த நபர் நீராவி இயந்திரத்தை ஒரு விளையாட்டுப் பொருளாகக் கண்டுபிடித்தார்.

அக்காலத்தில் நிலக்கரிச் சுரங்கங்களில் ஏற்படும் நீர்க் கசிவினால் வேலை தடைபடுவதைத் தடுக்க 1698ஆம் ஆண்டு தாமஸ்சேவரி என்ற ஆங்கிலப் பொறியாளர் ஒரு நீராவி இயந்திரத்தை வடிவமைத்தார்.

1814ஆம் ஆண்டு ஜார்ஜ் ஸ்டீவன்ஸ் என்ற ஆங்கிலப் பொறியாளர் முற்றிலும் புதுமையான, சக்தி வாய்ந்த நீராவி இயந்திரத்தைக் கண்டுபிடித்தார். இது கனமான பொருட்களையும், பெட்டிகளையும் எளிதாகத் தண்டவாளங்களின்மீது இழுத்துக் கொண்டு ஓடியது.

27 ராடார் கண்டுபிடித்த விஞ்ஞானிகள்

1887ஆம் ஆண்டு ஹெர்மான் ஹெர்ட்ஸ் என்ற அறிவியல் அறிஞர் ராடார் போன்றதொரு கருவியை வடிவமைத்தார்.

1904ஆம் ஆண்டு ஜெர்மன் பொறியாளரான ஹல்ஸ்மயர் என்பவர் ராடார் சாதனம் ஒன்றை வடிவமைத்தார். ஆனால், அதைச் செயற்படுத்தவில்லை.

ராடார் கருவியைத் திருத்தமாகவும், பயன்தரத்தக்க வகையிலும் உருவாக்கிப் புகழ்பெற்றவர் வாட்சன் வாட் என்ற அறிஞர் ஆவார்.

இன்று எத்தனையோ புதுமைகள் ராடார் கருவியில் ஏற்பட்டிருப்பினும் வாட்சன்-வாட்டின் வடிவமைப்புதான் ராடார் கருவியின் அடிப்படையாகக் கொள்ளப்படுகின்றது.

போர்க்காலத்தில் ராடார் கருவிகளின் பயன்கள் மிகவும் முக்கியமானவை ஆகும். மேகம், பனிமூட்டம், இருட்டு இவற்றினூடே விமானமோ, கப்பலோ இருப்பதை ராடார் மூலம் அறியலாம். விமானங்களும், கப்பல்களும் ஒன்றுடன் ஒன்று மோதிக் கொள்ளாமல் தடுக்கப்பட்டது. அடர்த்தியான மேகங்களில் விமானங்கள் சிக்கிக்கொள்வதும் தடுக்கப்பட்டது.

ராடார் கருவியிலிருந்து மின்காந்த அலைகளை ஏவி விடுவார்கள். இந்த அலைகள் எவ்வளவு தூரத்தில் உள்ள பொருள்மீதும் மோதித் திரும்பி ராடாரை அடையும். இவை சென்று திரும்பிய நேரத்தைக் கொண்டு பொருள் உள்ள தொலைவைத் தெரிந்து கொள்வார்கள்.

இக்காலத்தில் நவீனப்படுத்தப்பட்டுள்ள ராடார் கருவிகளில் உள்ள திரையே பொருள் எவ்வளவு தொலைவில் உள்ளது என்பதைத் தெளிவாகப் பிரதிபலித்துக் காட்டி விடுகின்றது.

28 நுண்நோக்கி கண்ட விஞ்ஞானிகள்

பதினேழாம் நூற்றாண்டில் வாழ்ந்த கலீலியோ என்ற அறிவியல் அறிஞர் தற்செயலாகக் கண்ணாடி லென்சுகளைக் கொண்டு உருப்பெருக்கியைச் செய்ய முடியும் எனக் கண்டறிந்தார்.

இதை அடிப்படையாகக் கொண்டு 1510இல் ஜாக்கிரியாஸ் ஜான்ஸன் என்பவர் நுண்ணோக்கிக் கண்ணாடி ஒன்றைத் தயாரித்தார். கண்களுக்குப் புலப்படாத கிருமிகளைக் காணும் நுண்ணோக்கியை டச்சு நாட்டுக் கண்ணாடி சாணைபிடிக்கும் தொழிலாளி அந்தோணி ஃபான் லூவென்ஹாக் என்பவர் செய்தார். இதனைக் கொண்டு பாக்டீரியாக்கள் கண்டுபிடிக்கப்பட்டன.

இதைவிடச் சிறந்த நுண்ணோக்கியை ராப்கிட் ஹீக் என்பவர் செய்தார். ஆனால், இது தெளிவாக இல்லை.

1930ஆம் ஆண்டு ஜோசப் ஜாக்லிஸ்டர் என்பவர் இதைவிட மேம்படுத்தப்பட்ட நுண்ணோக்கியை உருவாக்கினார். பிற் காலத்தில் மேலும் சிறந்த பல நுண்ணோக்கிகள் கண்டுபிடிக்கப் பட்டன.

அவற்றில் 1923ஆம் ஆண்டு வான்போரிஸ் என்பவரும், ருஸ்கா என்பவரும் அமைத்த எலக்ட்ரான் நுண்ணோக்கி தனிச்சிறப்பு வாய்ந்ததாகும். இதைக் கொண்டு சாதாரண நுண் ணோக்கியில் காண்பதைவிட 200 மடங்கு நுண்ணிய பொருளையும் காணமுடிந்தது. இது நுண்பொருளை 3,00000 மடங்கு பெரிதாக்கிக் காண்பித்தது.

நுண்ணோக்கியின் செயல் திறன் அதிகம் ஆக ஆகப் பல நுண்ணிய நோய்க்கிருமிகள் கண்டுபிடிக்கப்பட்டன. இதனால் பல நோய்களுக்குத் தீர்வு காணப் பயன்பட்டது.

சாதாரணமாக ஒரு மில்லி மீட்டரில் பத்தில் ஒரு பங்கு பருமன் உள்ள பொருட்களை மட்டுமே பார்க்க முடிந்த மனிதர்களுக்கு மைக்ரோஸ்கோப் எனப்படும் நுண்ணோக்கி ஒரு வரப்பிரசாதம் ஆகும்.

29 அச்சடிக்கும் இயந்திரத்தைக் கண்டுபிடித்த விஞ்ஞானிகள்

அச்சிடும் கலை இன்று உலகெங்கும் வெகுவாக முன்னேறியுள்ளது. இதன் வளர்ச்சி மிகவும் மெதுவானது. முதன் முதலில் ஐரோப்பாவில்தான் அச்சிடும் முயற்சி தொடங்கியது. மரக்கட்டைகளில் செதுக்கப்பட்ட படங்களை விளையாடும் சீட்டுகளில் அச்சிட்டனர்.

பின்னர் முறையாக அச்சிடும் முறை முதன் முதலாக ஜோவின் கூடென்பர்க் (1387-1468) என்ற ஜெர்மானிய அறிஞரால்

அறிமுகப்படுத்தப்பட்டது. 1437ல் அவர் தனித்தனி எழுத்துக்களை உருவாக்கி இணைத்து அச்சிட்டார். அவர் தான் பிறந்த 'மெய்ஜை' என்ற ஊரில் ஓர் அச்சகத்தைத் துவக்கினார். அங்கு கிறித்துவ வேதநூலான பைபிளை நூல் வடிவில் அச்சிட்டு வெளியிட்டார்.

1476ஆம் ஆண்டு காக்ஸ்டன் என்பவர் இங்கிலாந்து நாட்டில் மேம்படுத்தப்பட்ட அச்சகம் ஒன்றைத் துவக்கினார்.

1539ஆம் ஆண்டு மெக்ஸிகோவில் நவீன வசதிகளுடன் கூடிய அச்சகம் நிறுவப்பட்டது. இங்கு அச்சு எழுத்துக்கள் கைகளால் கோக்கப்பட்டன. இப்போதும் சில சிறிய வேலைகளுக்குக் கைகளால் எழுத்துக்கள் கோக்கப்படுகின்றன.

பின்னர் மை பூசிய உருளையைக் கைகளை அழுத்தி உருட்டி அச்சிட்டனர்.

பின்னர் 'ட்ரெடில் மெஷின்' என்ற கால்களால் மிதிக்கப்படும் நவீன இயந்திரத்தைக் கண்டுபிடித்தனர். இவையும் இன்றளவும் புழக்கத்தில் உள்ளன.

1884ஆம் ஆண்டு மோனோடைப் முறையில் அச்சடிக்கும் நடைமுறையை எட்மார் மெர்ஜென் காலர் என்பவர் செயல்படுத்தினார். இது டைப் இயந்திரத்தைப் போன்றது.

இதிலிருந்து சற்றே வித்தியாசமான மோனோடைப் இயந்திரத்தை 1887ஆம் ஆண்டு டால்பர்ட் லேன்ஸ்டன் என்ற அமெரிக்கர் உருவாக்கினார். இதில் இரண்டு டைப்பில் இயந்திரங்கள் உள்ளன. இதில் முதல் டைப் ஒரு டைப் ரைட்டர் இயந்திரத்தைப் போன்றது.

1810ஆம் ஆண்டில் அச்சு இயந்திரங்கள் நீராவியைக் கொண்டு இயக்கப்பட்டன. இதனால் அச்சிடுதல் எளிதாகவும் வேகமாகவும் நடைபெற்றது. இருப்பினும் பல வேலைகள் கைகளால் செய்யப்பட்டன. பிறகு மை தடவுதல், காகிதங்களைப் பொருத்துதல், அச்சிடுதல், அச்சிட்ட காகிதங்களை வெளியில் எடுத்தல் போன்ற பணிகளைச் செய்யத் தானியங்கி இயந்திரங்கள் உருவாகின.

இக்காலத்தில் பத்திரிகைகள் அச்சிட மிகப்பெரிய ரோட்டரி அச்சு இயந்திரங்கள் பயன்படுத்தப்படுகின்றன.

வண்ணப்படங்களை அச்சிடுவதற்கு போட்டோ லித்தோ கிராப் என்ற அச்சு இயந்திரங்கள் பயன்படுகின்றன.

30 நரம்பியலில் ஆய்வு செய்த எணடன் ஜான்சன்

எணடன் ஜான்சன் பத்தொன்பதாம் நூற்றாண்டின் தொடக்கத்தில் அமெரிக்காவில் வாழ்ந்த மருத்துவப் பேரறிஞர் ஆவார்.

இங்கிலாந்து நாட்டில் மிகவும் பிரபலமாகத் திகழ்ந்த மருத்துவ அறிஞர் சர். ரொனால்டு ராஸ் அவர்களின் உதவியாள ராகப் பணிபுரிந்து பின்னர் தன் சொந்த முயற்சியால் பல ஆய்வுகளை மேற்கொண்டு புகழ் எய்தியவர்.

சீன அரசின் அழைப்பை ஏற்று 25 ஆண்டுகள் அங்கு சிறப்பான பணியாற்றித் திரும்பினார்.

ஜான்சன் நரம்பியல் தொடர்பான பல ஆய்வுகளை நடத்தி மருத்துவத்துறைக்குப் பல பயனுள்ள தகவல்களைத் தந்துள்ளார். மூளையில் ஏற்படக்கூடிய ஒரு வகைப் புண்ணுக்கான காரணத்தைக் கண்டுபிடித்துக் கூறியதோடு தகுந்த சிகிச்சை முறையையும் கூறினார்.

காக்காய் வலிப்பு என்று கூறப்படும் நோய் குறித்த இவரது ஆய்வுகளின் முடிவுகள் மருத்துவர்களுக்குப் பெரிதும் பயன்பட்டன. மேலும் நரம்புத்தளர்ச்சி குறித்தும் பல ஆய்வுகளை மேற்கொண்டு பயனுள்ள தகவல்களைத் தந்துள்ளார்.

யானைக்கால் நோய் குறித்தும் நரம்புச் சிலந்தி நோய் குறித்தும் தீர்க்கமான ஆய்வு முடிவுகளைத் தந்துள்ளார். இவற்றிற்கான சிகிச்சை முறையினைக் கண்டு கூறியதன் மூலம் உலகப் புகழ் பெற்றார்.

31 உறக்க நோயை விரட்டிய டேவிட் புரூஸ்

பத்தொன்பதாம் நூற்றாண்டில் ஆப்பிரிக்க மக்களிடையே ஒரு வினோதமான நோய் பரவிக் கிடந்தது. இதனால் பலர் உயிரை இழக்க நேர்ந்தது.

அதற்கு 'உறக்க நோய்' என்று பெயரிட்டு அழைத்தனர்.

நோயாளிக்கு முதலில் கடுமையான காய்ச்சல் ஏற்படும். பின்பு மிகவும் சோர்வு ஏற்பட்டு ஆழ்ந்த மயக்க நிலைக்குச் சென்று விடுவார்கள். அதே மயக்க நிலையில் மாதக் கணக்கில் கிடந்து நோய் தீராமலே உயிரிழந்து விடுவார்கள்.

இதனை அறிந்த டேவிட் புரூஸ் ஒரு சிறிய மருத்துவக் குழுவுடன் ஆப்பிரிக்க நாட்டிற்குச் சென்றார்.

முதலில் உறக்க நோய்க்கான காரணங்களைக் கண்டுபிடிக்க முயன்று வெற்றி கண்டார். இதனைக் கொண்டு இந்நோய்க்கு ஒரு தீர்க்கமான தடுப்பினையும் அறிந்தார் டேவிட் புரூஸ். இதனைக் கொண்டு பல நோயாளிகளைக் குணமாக்கினார்.

மீண்டும் அந்த நோய் வராதவாறு தடுப்பு நடவடிக்கைகளை மேற்கொண்டு உதவினார். இதனால் ஆப்பிரிக்க மக்களிடையே பரவிக் கிடந்த வினோதத் தூக்கநோயை முற்றிலுமாக அழிக்க வழி கோலினார்.

32 நோய்க் கிருமிகளின் தன்மையைக் கண்ட ஆர்தர் கர்ச்சர்

பத்தொன்பதாம் நூற்றாண்டில் இங்கிலாந்து நாட்டில் வாழ்ந்த மருத்துவப் பேரறிஞர் ஆர்தர் கர்ச்சர் என்பவராகும்.

அக்காலத்தில் ஒரே நோயைப் பற்றி மருத்துவர்கள் பல விதமான கண்ணோட்டத்தில் சிந்தித்து வெவ்வேறுவிதமான முறைகளில் சிகிச்சைகளை மேற்கொண்டார்கள். எனவே,

நோயாளிகள் மிகவும் குழப்பத்திற்கு உள்ளானார்கள். நோயும் குணமடையாமல் இருந்தது.

கர்ச்சரின் ஆராய்ச்சி முடிவுகளுக்குப் பின்தான் டாக்டர்கள் நோய்கள் குறித்து ஒரே மாதிரியான முடிவிற்கு வந்து நோய்களுக்குச் சிறப்பான முறையில் சிகிச்சை அளித்தனர்.

இரத்தத்தை உருப் பெருக்கிக் கருவி மூலம் ஆராய்ந்து இரத்தத்தின் நிலை அதில் உள்ள பொருள்கள் போன்றவற்றை இவர் தான் கண்டுபிடித்துக் கூறினார்.

வெறுங் கண்ணால் காண முடியாத நுண்ணிய கிருமிகள் காரணமாகத்தான் பலவிதமான நோய்கள் தோன்றுகின்றன என்ற உண்மையினையும் முதன் முதலாகக் கண்டறிந்து கூறியவர் இவர்தான்.

இவரது ஆராய்ச்சிகளே மருத்துவத் துறையில் பெரிய மாற்றங்களையும் தெளிவினையும் ஏற்படுத்தின.

33 நூல் நூற்கும் இயந்திரத்தைக் கண்டுபிடித்த விஞ்ஞானி

1732ஆம் ஆண்டு பிரஸ்டன் நகரத்தில் ஓர் ஏழைத் தொழிலாளியின் மகனாகப் பிறந்தவர் ரிச்சர்ட் ஆர்க்ரைட். அவர் முடிதிருத்தும் தொழிலாளியாகத் தனது வாழ்க்கையை இருபது ஆண்டுகள் கழித்தார்.

பின்பு தற்செயலாக இங்கிலாந்து நாட்டில் உள்ள லங்காஷயர் என்ற ஊருக்குச் சென்றார். அங்கு கைக்கருவி ஒன்றினால் நூல் நூற்கும் ஜேம்ஸ் ஹார்கிரிவ்ஸ் என்ற ஒருவரைச் சந்தித்தார்.

அவரது நூல் நூற்கும் கைக்கருவியைக் கண்டதும் ஆர்க்ரைட்டுக்கு நூல் நூற்பதற்கான ஒரு யந்திரத்தைக் கண்டுபிடிக்க வேண்டுமென்ற எண்ணம் ஏற்பட்டது. பெரு முயற்சிக்குப் பின் ஒரு நூல் நூற்கும் இயந்திரத்தைக் கண்டுபிடித்தார். இது நீர்விசையால் இயங்கியது.

அக்காலத்தில் ஜேம்ஸ் வாட் என்ற அறிஞர் நீராவியின் ஆற்றலைக் கொண்டு இயந்திரங்களை இயக்கும் முறையைக் கண்டார்.

இதை அறிந்த ஆர்க்ரைட் அந்த முறையைப் பின்பற்றித் தமது நூற்பு இயந்திரங்களை நீராவிச் சக்தியால் இயக்கி உற்பத்தியைப் பெருக்கினார். தொழில் வளர்ச்சியால் பெருஞ்செல்வம் கிடைத்தது.

1786ஆம் ஆண்டு மூன்றாம் ஜார்ஜ் மன்னர் ஆர்க்ரைட்டிற்குப் பட்டமளித்துப் பாராட்டினார்.

1792ஆம் ஆண்டு ஆர்க்ரைட் பெரும் புகழையும் செல்வத்தையும் பெற்ற நிலையில் மறைவெய்தினார்.

34 பென்சிலின் கண்டுபிடித்த அலெக்சாண்டர் பிளெமிங்

1918ஆம் ஆண்டு லண்டனில் பிறந்தவர் அலெக்சாண்டர் பிளெமிங். இவர் கில்மாங் கல்விக் கழகத்தில் படித்துத் தேறி லண்டன் தூயமேரி மருத்துவக் கல்லூரியில் கல்வி பயின்று தேறினார்.

பின் பிளெமிங் நோய்க்கிருமிகள் குறித்தும், புண்கள் சீழ் வைப்பது குறித்தும் தீவிரமாக ஆராயத் தொடங்கினார். முதலாவது உலகப் போரில் போர்முனை மருத்துவராகப் பணியாற்றினார். போர் முடிந்ததும் தூயமேரி மருத்துவமனையில் கிருமிகள் ஆராய்ச்சித் துறையில் பேராசிரியராகப் பணியாற்றினார்.

1921ஆம் ஆண்டு தொற்று நோய்களில் இருந்து கண்களைக் காக்கக்கூடிய மருந்து ஒன்றைக் கண்டுபிடித்தார். ஆனால், இதைவிடப் பெரும் புகழ் அவருக்கு பென்சிலின் என்ற மாமருந்தைக் கண்டுபிடித்த பின்புதான் கிடைத்தது.

பென்சிலின் மக்களுக்குக் கிடைத்த ஒரு வரப்பிரசாதம் ஆகும். பலவிதமான நோய்களைத் தீர்க்கப் பயன்பட்டது. இது இரண்டாம்

உலகப் போரில் பெரும்பயன் தந்தது. பிளெமிங்கிற்கு 1944இல் அரசு சர் பட்டம் வழங்கிச் சிறப்புச் செய்தது. 1948ஆம் ஆண்டு மருத்துவத்துறைக்கான நோபல் பரிசை மற்றொரு அறிஞருடன் பகிர்ந்து கொண்டார். பிளெமிங் பல மருத்துவக் கட்டுரைகளை எழுதியுள்ளார். இவரது கண்டு பிடிப்பான பென்சிலின் ஒரு சர்வ ரோக நிவாரணமாகப் பயன்படுகின்றது. 1960ஆம் ஆண்டு பேரறிஞர் பிளெமிங் காலமானார்.

35 ஸ்டெதஸ்கோப்பைக் கண்டுபிடித்த லென்னெக்

1779ஆம் ஆண்டு பிரான்ஸ் நாட்டில் பிறந்தவர் லென்னெக். கல்வித்துறையில் மேலோங்க அவரது தந்தையும் உதவி புரிந்தார். பிரான்லின் நான்டிஸ் என்ற இடத்தில் மருத்துவத் தொழிலில் ஈடுபட்டிருந்த தமையனார் மருத்துவத் துறையில் பயிற்சி பெற வாய்ப்புகளை உருவாக்கினார்.

பின்னர் லென்னெக் மருத்துவராகப் பணியாற்றியபோது நோயாளிகளைப் பரிசோதிக்கும்போது பல புதிய முறைகளைக் கையாண்டார். அவற்றைப் பிற மருத்துவர்கள் கேலி செய்தனர். நாளடைவில் இவரது முறைதான் சிறந்தது என ஒப்புக் கொண்டனர்.

1818ஆம் ஆண்டு லென்னெக் ஸ்டெதஸ்கோப்பிற்கான அடிப்படை ஒன்றைக் கண்டுபிடித்தார். பின்னர் அதனைப் பலவிதத்திலும் சீர்திருத்தி மிகவும் ஆற்றல் கொண்டதாக அமைத்தார். அந்தக் கருவியைக் கொண்டு இருதயத்தின் துடிப்பை மிகவும் துல்லியமாக அறிய முடிந்தது. அதைக் கொண்டு நோயின் நிலையை மிகவும் சரியாக யூகிக்க முடிந்தது.

ஸ்டெதஸ்கோப் இன்று மருத்துவப் பரிசோதனையில் இன்றியமையாததாக உள்ளது. தொடக்கத்தில் டாக்டர்கள் ஸ்டெதஸ்கோப்பைப் பற்றிக் கேலி பேசினர். பின்னர் ஸ்டெதஸ் கோப் இல்லாமல் மருத்துவமே செய்ய இயலாது என்ற நிலை உருவாகிவிட்டது. மருத்துவப் பேரறிஞர் லென்னெக் 1855ஆம் ஆண்டு மரண மெய்தினார்.

36

இரண சிகிச்சையில் புதுமை கண்டவர்

1502ஆம் ஆண்டு பாரீஸ் நகரத்தில் ஒரு ஏழைக் குடும்பத்தில் பிறந்தார் ஆம்ப்ருஸ்பாரே. ஒரு சவரக் கடையில் பணிபுரிந்தார்.

சவரக்கடை இரவு பன்னிரண்டு மணிவரை இருக்கும். அதிகாலை நான்கு மணிக்கெல்லாம் எழுந்து பாரீஸ் பல்கலைக் கழகத்திற்குச் செல்வார். ஒன்பது மணிக்கெல்லாம் வேலைக்குத் திரும்பிவிட வேண்டும்.

மருத்துவத்தில் தேறிய அவர் பாரீஸ் மருத்துவமனையில் பணிபுரிந்தார். பிறகு பதவியைவிட்டு விலகிப் போர்முனை மருத்துவராகப் பணியாற்றினார். அப்போது காயம்பட்ட வீரர்களுக்குச் சிகிச்சை செய்யும்போது கையாளப்பட்ட நடைமுறை அவரை மிகவும் பாதித்தது.

மேலை நாடுகளில் அளிக்கப்படும் சிகிச்சைகள் மிகவும் சித்திரவதையாக அவ்வளவு கொடுமையாக இருக்கும். இரண சிகிச்சை செய்யும்போது இரத்தம் வெளியேறுவதைத் தடுக்கவும் குண்டுகளை எடுக்கவும் கொதிக்கும் எண்ணெயைப் பாதிக்கப்பட்ட இடத்தில் ஊற்றுவார்கள் அல்லது பழுக்கக் காய்ந்த கம்பியால் சூடு போடுவார்கள்.

இந்தப் பயங்கர சித்திரவதைக்கு முடிவுகட்ட எண்ணிய ஆம்ப்ருஸ்பாரே தீவிர ஆராய்ச்சியில் ஈடுபட்டு மிகவும் முயன்று திரவ மருந்து ஒன்றைக் கண்டுபிடித்தார்.

அந்த மருந்தை மேல்பூச்சாகவும், ஊசி மூலமாகவும் பயன் படுத்தலாம். இதனால் இரத்தம் வெளியேறுவது தடுக்கப்பட்டது. மேலும் இரண சிகிச்சை செய்வதையும் எளிமையாக்கியது.

இத்தகைய அற்புத மருந்தைக் கண்டுபிடித்துக் கொடுமை களுக்கு முற்றுப்புள்ளி வைத்த மருத்துவமேதை ஆம்ப்ருஸ்பாரே 1885ஆம் ஆண்டு மறைந்தார்.

37 ஹெலிகாப்டரை வடிவமைத்த விஞ்ஞானிகள்

விமானத்தைப்போல் வானில் பறக்கக்கூடிய திறமை கொண்ட மற்றொரு சாதனம்தான் ஹெலிகாப்டர். இருப்பினும் ஆகாய விமானத்திற்கும் ஹெலிகாப்டருக்கும் இடையே பல வேறுபாடுகள் இருந்தன. விமானம் மேலே எழும்பச் சற்றுநேரம் ஓடுதளத்தில் ஓட வேண்டியிருக்கும். ஆனால், ஹெலிகாப்டர் இருந்த இடத்திலிருந்தே செங்குத்தாக வானில் எழும் திறமை வாய்ந்தது. அத்துடன் விமானத்தை வானில் ஓரிடத்தில் நிறுத்த முடியாது. தணிவாகவும் பறக்க முடியாது. ஆனால், ஹெலி காப்டரை வானில் நிறுத்தவும், தணிவாகப் பறக்கவும், பக்கவாட்டிலும், பின்புறமும் திருப்பவும் முடியும். விமானத்தால் இவற்றைச் செய்ய இயலாது. இத்தகைய இந்த ஹெலிகாப்டரைப் பலரும் பல்வேறு காலத்தில் படிப்படியாக வடிவமைத்துள்ளனர்.

ஹெலிகாப்டரைக் கண்டுபிடிப்பதற்கு முதன் முதலாக அடித்தளம் அமைத்துக் கொடுத்தவர் இத்தாலி நாட்டு அறிவியல் அறிஞரான லியானர்டோ-டா-வின்சி என்பவர் ஆவார்.

அவர் ஹெலிகாப்டரை வடிவமைப்பதற்கான குறிப்பு களையும், அதன் மாதிரிப் படங்களையும் உருவாக்கினார். அவரது முயற்சி எழுத்தோடு நின்றுவிட்டது.

அவருக்குப் பின் பிரான்சு நாட்டு அறிஞர் ஹெலிகாப்டர் போன்றதொரு பறக்கும் விமானத்தை வடிவமைத்தார். ஆனால், அதில் இயந்திர சாதனங்கள் கிடையாது. சாவி கொடுத்தால் இயங்கக் கூடியது.

1861ஆம் ஆண்டு அமெரிக்க விஞ்ஞானியான மார்டிமர் நெல்சன் என்பவர் ஒரு ஹெலிகாப்டரை வடிவமைத்தார் அதன் அடிப்படை முன் மாதிரியை இன்றைய ஹெலிகாப்டர் வடிவமைப்பிற்கும் பயன்படுத்துகின்றனர்.

1907ஆம் ஆண்டு பிரெஞ்சு விஞ்ஞானியான பிரிகேட் என்பவர் ஒரு ஹெலிகாப்டரை உருவாக்கினார் இது சிறப்பானதாக இருப்பினும் திரும்புவதிலும், மேலே எழுவதிலும் தடுமாற்றம் இருந்தது.

அமெரிக்க நாட்டைச் சேர்ந்த இளைஞர்களான ஹில்லர், ஆர்தர்யங் ஆகியோர் முழுவதுமாக மேம்படுத்தப்பட்ட நவீனமான ஹெலிகாப்டரை உருவாக்கினார்கள்.

இவர்களுடைய யுக்திகளைக் கொண்டே பெரும்பாலான ஹெலிகாப்டர்களைத் தயாரிக்கின்றார்கள்.

ஹெலிகாப்டர்கள் ஆபத்தான காலங்களிலும், போர்க் காலங்களிலும் மிகவும் பயன்தரக் கூடியதாக இருக்கின்றன. இவற்றின் பயன்கள் வேறு எதாலும் ஈடுசெய்ய முடியாத ஒன்று ஆகும்.

38 தந்திக் கருவியைக் கண்டுபிடித்த விஞ்ஞானிகள்

தந்திக் கருவி ஒரு உன்னதமான அறிவியல் சாதனமாகும். இதைக்கொண்டு பல தகவல்கள் பரிமாறிக் கொள்ளப்பட்டன.

1753ஆம் ஆண்டு ஸ்காட்லாண்டு அறிவியல் அறிஞரான சார்லஸ் மாரிசன் என்பவர்தான் முதன் முதலில் தந்திமூலம் செய்தி அனுப்புவதற்கான முயற்சியைச் செய்தார். மின்சாரத்தைக் கொண்டு கம்பியில் செய்தியை அனுப்பலாம் என்று அவர் நம்பினார். இது ஓரளவிற்குத்தான் வெற்றி தந்தது.

1819இல் கோபன்ஹேகன் என்ற இடத்தில் பேராசிரியர் ஊயர்ஸ்டன் என்பவர் இரண்டு மைல் தொலைவிலிருந்த தன் நண்பருக்குக் கம்பி வழியாகச் செய்தி அனுப்பினார். அச்செய்தி அவரது உதவியாளரான ''மைக்கேல்மான் வந்து கொண்டிருக்கிறார்!'' என்பதுதான். ஓரளவிற்கு அந்தச் செய்தியைக் கேட்க முடிந்தது.

1840ஆம் ஆண்டு மின்சக்திமூலம் தந்தி அனுப்பும்முறை அமெரிக்காவிற்கும் ஐரோப்பாவிற்கும் இடையே நடைமுறைக்கு வந்தது. இதற்கு அடிப்படை அமைத்தவர் பிரடரிக்காஸ் ஆவார். இந்த முறை அவ்வளவு சிறப்பாக இல்லை.

அறிஞர் காஸ் மேற்கொண்ட முயற்சியினை அவரது மாணவர் அகட்ஸ்ஹெறல் என்பவர் தொடர்ந்து செய்து வந்தார். இவரது செயல்பாடுகளை ரஷ்ய தூதரகத்தைச் சேர்ந்த பாரன்பால் சில்லிங் என்பவர் கவனித்து வந்தார்.

1812இல் ரஷ்ய நாட்டுக்குத் திரும்பிய சில்லிங் அப்போது ரஷ்ய நாட்டின் மன்னரான முதலாம் அலெக்ஸாந்தரைச் சந்தித்துத் தந்திக்கருவியைப் பற்றிக் கூறினார். ஆனால், அவர் உதவவில்லை.

பிரீஸ் மோர்ஸ் என்ற அமெரிக்க இளைஞருக்குத் தந்திக் கருவி தயாரிக்கும் எண்ணம் ஏற்பட்டது. இவர் ஒரு ஓவியராக இருந்தாலும் அறிவியலின் பக்கம் அவரது கவனம் திரும்பியது.

மோர்ஸ் இரண்டு ஆண்டுகள் பெரும்பாடுபட்டுத் தந்திமூலம் செய்தி அனுப்பும் கருவி ஒன்றைச் செய்தார். அது ஐம்பது அடி தூரம்தான் செயற்பட்டது. இதற்குக் காரணம் அவர் பயன்படுத்திய பாட்டரி பலவீனமாக இருந்தது. ஒரு மின்கலத்தின் ஆற்றல் எங்கு முடிவடைகின்றதோ அங்கு மற்றொரு பாட்டரியை இணைத்தார்.

மோர்ஸுக்கு நியூயார்க் பல்கலைக்கழகத்தில் கலைத்துறைப் பேராசிரியராக வேலை கிடைத்தது. அவரது மாணவர் ஆல்பிரட் வெயில் அவருக்கு உதவினார்.

1837ஆம் ஆண்டு மோர்ஸும் அவரது மாணவரும் தந்திக் கருவியை வெற்றிகரமாக இயக்கிக் காட்டினார்கள். அவர்கள் அனுப்பிய செய்தி ''வெற்றிகரமான தந்திச் சோதனை-1837'' என்பதாகும்.

பிறகு அவர்கள் இருவரும் இணைந்து ஆங்கில எழுத்துக் களை ஒலிக்குறியீடுகளாக்கினர். இதற்கு ''மோர்ஸ் குறிகள்'' எனப் பெயரிட்டு 1883 ஜனவரி 24இல் பல்கலைக் கழகத்தில் அறிமுகம் செய்தனர்.

1843ம் ஆண்டு அமெரிக்க காங்கிரஸ் வாஷிங்டனுக்கும், பால்டிமோருக்கும் இடையே தந்திப் போக்குவரத்தை அமைக்கக் கூறி 30 ஆயிரம் டாலர் வழங்கியது. அதற்குப் பல தடைகள் வந்தபோதிலும் மோர்ஸ் அவற்றை உடைத்தெறிந்து 1844ஆம் ஆண்டு மே மாதம் 24ஆம் தேதி வாஷிங்டனுக்கும், பால்டிமோருக்குமிடையே தந்திச் சாதனத்தை அமைந்தார். அதில் முதன் முதலாக அனுப்பப்பட்ட செய்தி, ''இறைவனின் கருணைக்கு ஈடு இணையே கிடையாது!'' என்பதாகும். இவரது முறையைப் பல நாடுகளும் அனுசரித்தன.

1872ஆம் ஆண்டு தமது 80ஆவது வயதில் அவர் தனது தந்திக் கருவியை இயக்கிக் கொண்டிருந்த நிலையிலேயே மரணமடைந்தார்.

39 கம்பியில்லாத் தந்தி முறையை உருவாக்கிய விஞ்ஞானிகள்

தந்தி என்பது அதற்கென அமைக்கப்பட்ட கம்பிகள் வழியாகச் செய்திகளை அனுப்புவதாகும். இதற்கு மாறாகக் கம்பி இல்லாமலும் செய்திகளை அனுப்பும் முறை உண்டு. அதுதான் கம்பியில்லாத் தந்தி முறை ஆகும்.

இந்த முறை உருவாக அடித்தளமிட்டவர் இங்கிலாந்தைச் சேர்ந்த கிளார்க் மாக்ஸ்வெல் ஆவார். அவர் ஒலியைப் பற்றி ஆராய்ந்து அது அலைகளால் ஆனது. அந்த அலைகள் மின்சாரமும், காந்த சக்தியும் சேர்ந்தது எனக் கண்டறிந்தார்.

மாக்ஸ்வெல்லின் மறைவிற்குப்பின் ஹென்ரிக் ஹெர்ட்ஸ் என்பவர் மின்காந்த அலைகளை உருவாக்கி அது கற்பனைக்கு எட்டாத வேகத்தில் செல்வதை நிரூபித்தார்.

மின்காந்த அலைகள் வானில் விரவி இயங்கிக் கொண்டிருப்பதை அறிஞர்கள் கொஞ்சம் கொஞ்சமாகக் கண்டறிந்தனர்.

1891ஆம் ஆண்டு பேராசிரியர் பாவ்லாவ் என்ற ரஷ்ய அறிஞர் வானத்து மின்காந்த அலைகளை ஈர்க்கக் கூடிய 'ஏரியல்' என்ற கருவியைக் கண்டறிந்தார்.

1894ஆம் ஆண்டு இத்தாலிய இளைஞர் குக்லீல்மோ மார்க்கோனி என்பவர் கம்பியில்லாமல் மின்காந்த அலைகளைக் கொண்டு செய்தியனுப்பும் முறையை வெற்றிகரமாக நிரூபித்துக் காட்டினார்.

அதன் பின்னர் கம்பியில்லாமல் செய்தியனுப்பும்முறை உலகமெங்கும் வெகுவாகப் பரவியது. இந்தமுறை வழக்கத்திற்கு வந்த பின்னர் எவ்வளவு தொலைவில் இருந்தாலும் செய்திகளைப் பரிமாறிக் கொள்வது மிகவும் எளிதானது.

40 டெலிபிரிண்டர் கருவியைக் கண்டுபிடித்த விஞ்ஞானிகள்

தந்திச் செய்திகளைத் துரிதமாகவும், இலகுவாகவும் அனுப்பும் முயற்சியில் விஞ்ஞானிகள் இறங்கினர். இத்தகைய நிலையில் 1867இல் சார்லஸ் விட்ஸ்டோன் என்ற அறிவியல் அறிஞர் தந்தி முறையில் ஒரு புதுமையைப் புகுத்தினார்.

அவர் கண்டுபிடித்த யந்திரம் மோர்ஸ் குறிகளுக்கு ஏற்படும் ஒரு நாடாவில் துளைகளை இடும். இதனால் ஏற்படும் மின்துடிப்புகளைக் கொண்டு செய்தி அனுப்பப்பட்டது. ஒரு நிமிடத்திற்கு 300 வார்த்தைகள் என்ற கணக்கில் மின்துடிப்புகள் உருவாக்கப்பட்டன. இதில் ஒரு சமயத்தில் ஒரு செய்தியை மட்டுமே அனுப்பலாம்.

1874ஆம் ஆண்டு பிரெஞ்சு நாட்டுத் தந்தி அலுவலர் பெடைட் என்பவர் ஒரே நேரத்தில் பல செய்திகளை அனுப்பும்படி தந்திக் கருவியைக் கண்டுபிடித்தார்.

1854ஆம் ஆண்டு லண்டனில் பிறந்து கெட்டகி என்னுமிடத்தில் பேராசிரியராக இருந்த டேவிட் எட்வர்ட் ஹியூக்ஸ் என்பவர் புதுமையான தந்திக்கருவியைக் கண்டுபிடித்தார். அது தந்தி செல்லும் இடத்தில் செய்தியை அச்சடித்துத் தரும். இதனால் மோர்ஸ்குறியை மொழிபெயர்க்கும் கடினவேலை அகன்றது.

இந்தக் கருவியை 'டெலிபிரிண்டர்' என்று பெயரிட்டு அழைத்தனர். இதுவே இன்றைய டெலி பிரிண்டர்களின்

முன்னோடி ஆகும். இது டைப்ரைட்டர் கருவியைப் போன்றது. இது உலகமெங்கும் பல வகையில் பயன்படுகின்றது. இங்கி லாந்தில் டெலிபிரிண்டர்கள் உறுதியாகவும், எளிமையாக இயங்கக் கூடியதாகவும் உள்ளன. டெலிபிரிண்டர்கள் பத்திரிகைத் துறையின் ஜீவநாடியாக உள்ளன. இதனால் அரசாங்கத்திற்கும் சாமான்ய மக்களுக்கும் பயன் கிடைக்கின்றது.

41. தொலைபேசியைக் கண்டுபிடித்த விஞ்ஞானிகள்

தந்திக் கருவியும், டெலிபிரிண்டர்களும் வந்தபோதிலும் மனிதர்கள் நேருக்கு நேர் உரையாடுவதைப்போல் தொலை தூரத்தில் உள்ளவர்களுடன் உரையாட விஞ்ஞானிகள் முயன்று வந்தனர்.

இதன் விளைவாக 1860ஆம் ஆண்டு ஜெர்மனியில் பிராங்பர்ட்-ஆப்-மெயின் என்ற இடத்தில் தனியார் பள்ளி யொன்றில் ஆசிரியராகப் பணிபுரிந்த பிலிப் ரீஸ் என்ற இளைஞர் ஒலியை மின்சாரத்தின் உதவியுடன் வேறு இடத்துக்கு எவ்வாறு அனுப்புவது என ஆராய்ந்து கொண்டிருந்தார்.

இவர் மிகவும் ஏழை. ரீஸ் இரண்டு மரக்காதுகளைச் செய்தார். அதில் பல நுட்பமான கருவிகளை வைத்திருந்தார். இரு காது களையும் தொலைவில் அமைத்துக் கம்பிமூலம் இணைத்தார். இது சற்று மங்கலாக இயங்கியது. இதுவே முதல் தொலை பேசியாகும். செயற்கைக் காதுகளுக்குப் பதிலாக 'அனுப்பும்' கருவியையும் 'வாங்கும்' கருவியையும் சிறந்த முறையில் அமைத்தார்.

ஒரு நாள் தமது சோதனைக் கூடத்திலிருந்து வகுப்பறையில் இருந்த மாணவர்களுடன் தமது புதிய தொலைபேசிமூலம் பேசினார். இது சற்று திருப்திகரமான வேலை செய்தது. ரீஸ் தனது 40ஆவது வயதில் மறைந்தார்.

அவருக்குப் பின் அவரது ஆராய்ச்சியை அலெக்ஸாண்டர் கிரகாம்பெல் என்பவர் தொடர்ந்தார். அமெரிக்காவில் பாஸ்டனில்

செவிட்டு ஊமைகளுக்குப் பேச்சுப் பயிற்சி அளிக்க ஒரு கருவியைக் கண்டுபிடிக்க ஆராய்ந்து கொண்டிருந்தார்.

ரீஸின் ஆராய்ச்சி அலெக்சாண்டரைக் கவர்ந்ததால் 1862-68இல் தொலைபேசிக் கருவி ஒன்றை உருவாக்கத் தொடங்கினார். இவருக்கு தாமஸ்வாட்சன் என்ற இயந்திரத் தொழிலாளி இருந்தார்.

1876ஆம் ஆண்டு இருவரும் இணைந்து தாங்கள் செய்த தொலைபேசிக் கருவியைச் சோதித்துப் பார்த்தனர். மேல்மாடியில் இருந்த அலெக்சாண்டர், கீழே இருந்த வாட்சனிடம், ''வாட்சன் அவர்களே, நான் பேசுவது உங்கள் செவியில் விழுகிறதா?'' என்றார். இப்பொழுதுதான் முதல் முதலில் ஹலோ என்ற வார்த்தை தொலைபேசியில் பயன்படுத்தப்பட்டது. உடனே வாட்சன் சந்தோஷத்தில் துள்ளிக் குதித்து மேலே வந்து கருவியின் வெற்றியை அலெக்சாண்டருடன் பகிர்ந்து கொண்டார்.

பின்னர் கிரகாம்பெல்லும் வாட்சனும் அமெரிக்காவின் பல ஊர்களில் தமது தொலைபேசியைப் பற்றிச் சொற்பொழிவுகள் ஆற்றினார்கள். அதன் செயல்பாட்டையும் விளக்கினர்.

1877ஆம் ஆண்டு ஜெர்மனியைச் சேர்ந்த ஹென்றி ஸ்டீபன் என்ற அறிஞர் அலெக்சாண்டர் கிரகாம்பெல்லின் தொலைபேசிக் கருவியை மேலும் பலமடங்கு சீர்திருத்திப் புதுமையான தொலை பேசி ஒன்றை அமைத்தார். அதற்குப் பின் தொலைபேசிக் கருவி யின் வடிவம், செயல்பாடு, பயன் போன்றவற்றில் புரட்சிகரமான பல அம்சங்கள் தோன்றின.

42 அணுசக்தியை அறிவித்த அறிஞர்கள்

உலகிலுள்ள அனைத்துப் பொருட்களிலும், ஏதோ ஒரு வகையில் சூரியனுடைய வெப்பம் அடங்கியுள்ளது. கடலிலிருந்து நீர் ஆவியாக மேலே சென்று மழை பொழிவது முதல் நிலக்கரி உருவாகக் காரணமாயிருந்த புவிவெப்ப ஆற்றல் என அனைத்தும் சூரியனிடம் தொடர்புடையவை.

ஆனால், சூரியனுடைய வெப்பத்திற்கும், ஒளிக்கும் தொடர்பில்லா வெப்ப ஆற்றல் ஒன்றை உண்டாக்கலாம். இதை எந்தவித இரசாயன முறையாலும் செய்ய இயாது. இதுதான் அணு ஆற்றல். அணு என்றால் பிரிக்க முடியாதது என்று பொருள். பழங்காலத்தில் அணு என்பது ஒரு பொருளின் கடைசி நிலை என அறியப்பட்டது.

1898ஆம் ஆண்டு மேரி கியூரியும், பியரிகியூரியும் ரேடியம் என்ற பொருளைக் கண்டறிந்ததிலிருந்து அணுவைப் பிளந்து சிதைப்பதன் மூலம் பெரும் ஆற்றலைப் பெறலாம் எனத் தெரிந்தது. 1911ஆம் ஆண்டு நீல்ஸ்போர் என்ற டென்மார்க் நாட்டு அறிஞர் அணுவின் அமைப்பைக் கண்டுபிடித்தார்.

அணுக்கருவை மையமாகக் கொண்டு எலெக்ட்ரான்கள் சுற்றுவதாக அவர் கூறினார்.

அணுவை ஆற்றலாக மாற்ற முடியும் என்று அறிவியல் மாமேதை ஐன்ஸ்டீன் கண்டு கூறினார்.

உலகில் நாம் காணும் பொருள்கள் உணரும் காற்று என அனைத்துமே அணுக்களால் ஆனது. நம் உடலும் கோடானு கோடி அணுக்களால் ஆனதுதான்.

இத்தகைய அணுவின் கருவைத் தக்கமுறையில் பிளப்பதன் மூலம் இதுவரை அறியப்படாத பேராற்றல் கிடைக்கும். இதற்கு யுரேனியம், தோரியம் அணுக்கள் சான்றாக அமைகின்றன.

சம எடையுள்ள நிலக்கரியையும், யுரேனியத்தையும் எடுத்துக்கொண்டால் யுரேனியம் நிலக்கரியைவிட மூன்று லட்சம் மடங்கு அதிக ஆற்றலைத் தரும்.

ஒரு பவுண்ட் யுரேனியத்தின் உட்கரு சக்தியைக் கொண்டு 9500 டன் தண்ணீரைக் கொதிக்க வைக்கலாம். இதே அளவு நீரைக் கொதிக்க வைக்க 150 டன் நிலக்கரியும், 33,000 காலன்கள் பெட்ரோலும் தேவைப்படும்.

எனவே, அணுசக்தியைக் கொண்டு குறைந்த செலவில் அதிக ஆற்றல் பெறலாம். இவ்வாற்றல் தற்போது மின்சாரம் தயாரிக்கப்

பயன்படுகின்றது. மேலும் பல ஆக்கபூர்வமான நன்மைகளைப் பெற முடியும். உடல் ஆரோக்கியத்தைக் காக்கும் பல முயற்சி களுக்கு அணுசக்தி பயன்படும்.

ஆனால், மனிதனோ அதை அழிவு ஆயுதமாகப் பயன்படுத்து கிறான். அணுசக்தியால் மனித இனத்தை அழித்து இருந்த இடமே தெரியாமல் செய்ய முடியும்.

43 மர்ம நோயைக் கட்டுப்படுத்திய விஞ்ஞானி

1843ஆம் ஆண்டு ஜெர்மன் நாட்டு ஹானோவர் என்ற நகரில் பிறந்தவர் இராபர்ட்காக் என்ற விஞ்ஞானி. அவரது காலத்தில் இந்தியா, ஜெர்மனி, ஜப்பான், ஜாவா, ஆப்ரிக்கா ஆகிய நாடுகளில் மர்மமான நோய் ஒன்று மக்களிடையே பரவி அவர்களது உயிரைக் குடித்துக் கொண்டிருந்தது. இந்த நோய்க்குக் காரணம் புரியாமல் பலரும் திண்டாடினர்.

இதைக் கண்டறிய எண்ணினார் இராபர்ட்காக். இவர் கல்லூரியில் கணிதத்தையும், மருத்துவத்தையும் சிறப்பாகப் படித்தார். இவர் நோய்க்குக் காரணம் கண்ணுக்குத் தெரியாத நுண்ணுயிர்கள்தான் என்று முடிவிற்கு வந்தார். பூதக்கண்ணாடியின் பயனை நன்கு அறிந்திருந்தார்.

1880ஆம் ஆண்டு பெர்லின் நகரிலுள்ள அரசு சுகாதாரத் துறையில் வேலை கிடைத்தது. இதைப் பயன்படுத்தி அவர் நோயால் பாதிக்கப்பட்டவர்களின் சளியையும், உமிழ்நீரையும் கொண்டு ஆய்வு நடத்தினார். இவரது ஆய்வு முடிவை அனைவரும் ஏற்றுக் கொண்டனர்.

இராபர்ட்காக் எலும்புருக்கி நோயின் காரணத்தை நோயாளி யின் நோய்க்கிருமிகளிலிருந்து எடுத்துப் பூதக்கண்ணாடியில் பெரிதாக்கிக் காட்டியபோது அவரை அனைத்து அறிஞர்களும் நம்பினர்.

மனிதனைப்போலப் பிற விலங்குகளிடமும் எலும்புருக்கி நோய் இருப்பதைக் கண்டறிந்தார் இராபர்ட்காக். மேலும்

இந்நோயால் பாதிக்கப்பட்ட மாட்டின்பாலைக் குடிப்பதாலேயே இது மனிதனிடம் பரவுகிறது என்பதையும் கண்டறிந்தார்.

எலும்பு மூட்டுகளும், சுரப்பிகளும், இதனால் பெரிதும் பாதிப்படைகின்றன. இந்நோயால் அதிகம் அவதிப்படுபவர்கள் சிறுவர்கள்தாம்

பெரியவர்களுடைய உடலில் உள்ள இந்நோய் காற்றின் மூலம் பரவி மூளை, நுரையீரல், குடல், சருமம் முதலியவற்றைப் பாதிக்கின்றது. இந்நோய்க்கு வயது வரம்பு கிடையாது.

காரணம் கண்டுபிடிக்கப்பட்டுவிட்டதால், மருத்துவர்கள் நோயைக் கட்டுப்படுத்தி விடுவார்கள் என அனைவரும் நம்பலாயினர். சுகாதாரமான வீடுகளிலும், காற்றோட்டமான இடங்களிலும் வசிப்பதால் இந்நோயின் துன்பத்தைக் குறைக் கலாம் எனக் கண்டறியப்பட்டது.

ஐந்து வகைப் பாக்டீரியாவில் மூன்றாவது வகையான பாசிலிதான் எலும்புருக்கி நோய்க்குக் காரணம் எனக் கண்டறிந்து தடுக்கப்பட்டது. இன்று எலும்புருக்கி நோய் முற்றிலுமாகக் கட்டுப்படுத்தப்பட்ட நோய் ஆகும். இந்த உன்னத நிலையை அடைய உதவிய இராபர்ட்காக்கை நம்மால் மறக்க முடியாது.

44 அணுவியல் கொள்கையின் தந்தை ஜான் டால்டன்

1766ஆம் ஆண்டு இங்கிலாந்து நாட்டில் உள்ள ஈகிள்வில்டு என்ற கிராமத்தில் பிறந்தவர் ஜான்டால்டன். பன்னிரண்டு வயது வரை படித்த அவர் அவ்வூர் வழக்கப்படி அதிகம் படித்தவராகி ஒரு பள்ளிக்கூடத்தைத் தன் வீட்டிலேயே ஆரம்பித்தார்.

ஒருமுறை அவரது நண்பர்கள். ''எத்தனை காலம்தான் திருமணம் செய்யாமல் இருக்கப் போகிறாய்?'' என்று கேட்டதற்கு, ''எனது மூளையில் முக்கோணங்கள், ரசாயனங்கள், மின்சாரம் என ஆராய்ச்சி சம்பந்தமானவையே நிரம்பியுள்ளன. இதில் திருமணத்

திற்கு இடமில்லை!'' என்றார். அந்த அளவிற்கு அறிவியலை நேசித்தார். இலவசமாகப் பள்ளி நடத்தி வந்த அவர் இரண்டாண்டில் அதை மூடிவிட்டு, தனது சகோதரருடன் அருகில் உள்ள கெண்டல் நகரில் பள்ளியைத் தொடங்கினார். அறிவியல் சொற்பொழிவுகளை ஆற்றினார்.

பின் மான்செஸ்டர் நகரில் மத சம்பந்தப்பட்ட கல்லூரியில் வேலைக்குச் சேர்ந்தார். அங்கு அவருக்கு நிறக்குருடு ஏற்பட்டது. அது குறித்து ஆய்வு செய்து உண்மைகளைக் கண்டார். அவரது புகழ் பரவியது. மான்செஸ்டர் அறிவியல் கழகத்தின் தலைவரானார். பின் இங்கிலாந்து ராயல் சொசைடிக்கும், பிரான்ஸ் நாட்டு அகாடமிக்கும் தேர்ந்தெடுக்கப்பட்டார்.

தனிமங்கள் பற்றிய அவரது ஆய்வுகள் முக்கியமானவை. அவரது அணுக் கொள்கையே அணுவைப் பற்றிய ஆய்விற்கு அடிப்படையாகும். அவரது பல கருத்துக்கள் தவறு என நிரூபிக்கப்பட்டாலும், பல அறிஞர்கள் அணு ஆராய்ச்சியில் ஈடுபட அவரது கொள்கையே காரணம். ஒவ்வொரு நாளும் இரவு அன்றைய வெப்பநிலை, காற்று அழுத்தம் இவற்றைக் குறித்துக் கொள்வது அவரது வழக்கம். இதேபோல் அவர் இருபது லட்சம் குறிப்பீடுகளை வைத்திருந்தார். 1844ஆம் ஆண்டு இரவு எட்டேமுக்கால் மணிக்கு பாராமானியைக் கொண்டு அளவிட்டுக் குறிப்பெழுதினார். ''கொஞ்சம் மழை'' என எழுதினார். ''இன்று மாலை பெய்தது'' என்று எழுதி முடித்து அப்போதே தனது வாழ்க்கையையும் முடித்தார்.

45 உடற் கூறைத் தெளிய வைத்த விஞ்ஞானி

1513ஆம் ஆண்டு பெல்ஜியத்தில் பரம்பரை மருத்துவக் குடும்பத்தில் பிறந்தவர் ஆண்டிரியஸ் வெஸாலியஸ்.

உடற்கூறு பற்றிய ஆய்வுகள் நெடுங்காலமாக உலகில் நடைபெற்று வந்தாலும், பலர் தங்கள் ஆய்வை நூல்களாக

வெளியிட்டாலும், அவையனைத்தும் ஆண்டிரியஸ் வெஸாலியசின் கருத்துக்களைவிடச் சிறந்தவை அல்ல.

ஊரில் கல்வி பயின்ற அவர் பாரீஸில் கல்வி பயில்வது சிறப்பெனக் கருதப்பட்ட அக்காலத்தில் தனது மருத்துவக் கல்வியைப் பாரீசில் முடித்தார்.

அக்காலத்தில் உடற்கூறு குறித்த கருத்துக்கள் யாவும் யூகத்தின் அடிப்படையில் உருவாக்கப்பட்டவையே. எனவே, ஆண்டிரியஸ் பிராணிகளின் உடல்களை அறுத்தும், மனிதப் பிரேதங்களை அறுத்துப் பார்த்தும் பல அரிய உடற்கூறியல் உண்மைகளைக் கண்டறிந்து வெளியுலகிற்கு நூல் வடிவில் திரட்டித் தந்தார்.

அவரது இந்த ஆய்வுநூலை அடிப்படையாகக் கொண்டுதான் பிற்காலத்தில் பல உடற்கூறியல் ஆய்வுகள் மேற்கொள்ளப்பட்டு உண்மைகள் அறியப்பட்டன.

இத்தகைய இந்த உடற்கூறியல் மேதை 1575ஆம் ஆண்டு மரணத்தைத் தழுவினார்.

46 மகப்பேறுத் துறையில் மாற்றங்கள் செய்த டாக்டர் ஸெம்மெல்வீஸ்

1801ஆம் ஆண்டு வியன்னா நகரில் பிறந்தவர் டாக்டர் ஸெம்மெல்வீஸ். முதலில் அவர் சட்டம் பயின்று வழக்குரைஞராக வேண்டும் என்று விரும்பினார்.

பத்தொன்பதாம் நூற்றாண்டின் தொடக்கக் காலமான அக்காலத்தில் பிரசவம் என்பது தாய்மார்களுக்குப் பெரும் ஆபத்தான விஷயமாகவே இருந்தது. பிரசவத்திற்காக மருத்துவ மனையில் சேர்க்கப்படும் பெரும்பாலான பெண்கள் இறந்து விடுவர். பிரசவம் நடைபெற்ற இரண்டொரு நாட்களில் வினோதமான நோய்க்கு ஆளான பெண்கள் மரணமடைந்தனர்.

இந்நிலையில் தற்செயலாக மருத்துவமனைக்குச் சென்ற ஸெம்மெல்வீஸ் அங்கு வரும் கர்ப்பிணிகளில் இருபது சதவீதம்

பேர்கூடத் திரும்பி உயிருடன் செல்லாததைக் கண்டு வருந்தினார். எனவே, சட்டக் கல்வியைக் கைவிட்டு மருத்துவக் கல்வியைத் தொடர்ந்தார். அதிலும் மகப்பேறு துறையில் அதிக ஆர்வம் காட்டினார்.

படிப்பை முடித்த பின் மருத்துவமனை ஒன்றில் பணிபுரிந்த அவர் பிரசவம் தொடர்பான நோய்கள் குறித்துப் பல ஆய்வுகளை மேற்கொண்டு இறுதியில் மருத்துவம் பார்க்கும் டாக்டர்கள் பணிப் பெண்கள் மகப்பேறு பார்ப்பதற்கு முன் தங்கள் கைகளில் நோய்க் கிருமிகள் இல்லாமல் சுத்தப்படுத்திக் கொள்ளாததே காரணம் என்று கண்டுபிடித்தார்.

அரும் பாடுபட்டுக் கையில் உள்ள நோய்க் கிருமிகளை அழிக்கும் திரவ மருந்து ஒன்றைக் கண்டுபிடித்தார். பொறாமையால் தொடக்கத்தில் அதைப் பயன்படுத்தாத டாக்டர்கள் இறுதியில் வேறு வழிஇன்றி அம்மருந்தைப் பயன்படுத்தினர்.

இவ்வாறு தாய்மார்களின் உயிரைக் காத்த டாக்டர் ஸெம்மெல்வீஸ் 1865ஆம் ஆண்டு மறைவெய்தினார்.

47 ஆஸ்டின் காரை உருவாக்கிய அறிஞர்

1865ஆம் ஆண்டு இங்கிலாந்து நாட்டில் மிஸ்ஸெண்டென் என்னுமிடத்தில் பிறந்தவர் ஹெர்பர் ஆஸ்டின். பள்ளிக் கல்வியை முடித்ததும் ஆஸ்திரேலியா சென்று மெல்போன் நகரத்தில் தொழில் பயிற்சியாளராகப் பணிபுரிந்து தொழில் நுணுக்கங்களைக் கற்றுக் கொண்டார்.

இவரே உலகிலேயே மிகவும் சொகுசான பணக்காரர்கள் பயன்படுத்தக்கூடிய மிகவும் வேகமாகச் செல்லக்கூடிய ஆஸ்டின் ரகக் கார்களை உருவாக்கியவர் ஆவார்.

1890ஆம் ஆண்டு தாயகம் திரும்பிய ஆஸ்டின் ஆட்டு முடியைக் கத்தரிக்கும் இயந்திரத்தைக் கண்டுபிடித்தார்.

1895ஆம் ஆண்டில் மோட்டார் தொழிலின் நுட்பங்களை ஆராய்ந்து 1905 வாக்கில் மோட்டார் கார்கள் உற்பத்தி செய்யும் தொழிற்சாலையைத் தொடங்கினார்.

1922ஆம் ஆண்டு ஆஸ்டின் தன் பெயரிலேயே அமைந்த சிறப்புப் பெற்ற கார்களைத் தயார் செய்தார். 1941ஆம் ஆண்டு 20 ஆயிரம் பேர் வேலை செய்யக் கூடிய பிரம்மாண்டமான தொழிற்சாலையாக அவரது தொழிற்சாலை மாறியது.

1919லிருந்து 1924 வரை ஆஸ்டின் பாராளுமன்ற உறுப்பினராகவும் இருந்தார். 1930ஆம் ஆண்டு ஆஸ்டின் மரணமடைந்தார்.

48 வானியல் ஆய்வாளர் ஸ்டான்லி எடிங்டன்

1882ஆம் ஆண்டு டிசம்பர் திங்கள் 28ஆம் நாள் சென்டான் என்னுமிடத்தில் பிறந்தார் எடிங்டன். அக்காலத்தில் வானியலைப் பற்றி மக்களுக்கு எந்தவிதத் தகவலும் தெரியாது. இன்று எழுதப் படிக்கத் தெரிந்தவருக்குக் கூட வானியலைப் பற்றி அறியக்கூடிய வாய்ப்பு உள்ளது. இத்தகைய நிலைக்கு உதவியவர் ஆர்தர் ஸ்டான்லி எடிங்டன் ஆவார்.

அக்காலத்தில் அவர் கல்வி பயின்ற லுன்ஸ் கல்லூரி இன்று மான்செஸ்டர் பல்கலைக்கழகமாகச் சிறப்புற்றுள்ளது.

கல்லூரிப் படிப்பு முடிந்தது. டிரினிடி கல்லூரியில் கணிதப் பேராசிரியராகப் பணியாற்றினார். 1913இல் கேம்பிரிட்ஜ் பல்கலைக் கழகத்தில் வானியல் பேராசிரியராக நியமிக்கப்பட்டார். அத்துடன் இங்கிலாந்தில் முதன் முதலாகத் தோன்றிய ராயல் அறிவியல் கழகத்தில் உறுப்பினராகச் சேர்ந்தார். அவரதுஆற்றலைப் பாராட்டி அக்கழகம் அவருக்குக் கேடயம் வழங்கிச் சிறப்பித்தது.

சிக்கலான வானியலைக் குறித்து அனைத்துத் தரப்பு மக்களுக்கும் புரியும் வகையில் வானியலை ஆராய்ந்து எளிமையாக்கினார். அவர் வானியலை ஆராய்ந்து ‘விண்மீன்களும்

அணுக்களும்', 'அறிவியலும் காணாத உலகமும்', 'அறிவியல் புதிய பாதை' போன்ற அரிய நூல்களை வெளியிட்டுப் புகழ் பெற்றார். இந்நூலைப் பயின்றே பல புதிய அறிவியலாளர்கள் தோன்றினர். தற்கால வானியல் ஆய்வாளர்களுக்கும் எடிங்டனது நூலே வேத நூலாக அமைந்துள்ளது.

இந்தப் பேரறிஞர் எடிங்டன் 1941ஆம் ஆண்டு மறைந்தார்.

49 நீராவியால் கப்பலை இயக்கிய விஞ்ஞானி

1803ஆம் ஆண்டு ஜுலை 31ஆம் நாள் சுவீடன் நாட்டில் வாரீம்லேண்ட் என்ற இடத்தில் பிறந்தார் ஜான் எரிக்சன். அவரது காலத்தில் கைத்துடுப்புகளாலும், காற்றைப் பயன்படுத்தியுமே கப்பல்களைச் செலுத்தி வந்தனர். எரிக்சன் அந்த நிலையை மாற்றிக் கப்பலில் இயந்திரத்தைப் பொருத்திப் பாதுகாப்பான நிலையில் வேகமாகச் செல்லுமாறு செய்தார்.

1820ஆம் ஆண்டு முதல் 1827ஆம் ஆண்டு வரை இவர் சுவீடன் நாட்டு இராணுவப் பொறியாளராகப் பணிபுரிந்தார்.

எரிக்சன் பின்பு இங்கிலாந்தில் தங்கினார். அங்கே அவர் பலவிதமான ஆராய்ச்சியில் ஈடுபட்டு இயந்திரம் ஒன்றைக் கண்டுபிடித்தார். இந்தக் கண்டுபிடிப்பைப் பாராட்டி இங்கிலாந்து அரசு அவருக்கு 6000 பவுன்களைப் பரிசளித்தது.

1883ஆம் ஆண்டு எரிக்சன் முற்றிலும் புதுமையான கப்பல் செலுத்தும் யந்திரம் ஒன்றைக் கண்டுபிடித்தார். அதைக் கப்பல் ஒன்றில் பொருத்தி நீராவியைக் கொண்டு அட்லாண்டிக் பெருங்கடலைக் கடந்து சாதனை படைத்தார்.

1889ஆம் ஆண்டு அமெரிக்காவுக்குச் சென்ற அவர் போர்க் கப்பலுக்குக் கவசம் தயாரித்துக் கொடுத்தார். அதன் காரணமாக அமெரிக்காவின் பாராட்டுக்களைப் பெற்றார்.

ஜான் எரிக்சன் 1889ஆம் ஆண்டு நியூயார்க் நகரில் மறைந்தார்.

50 தாவர ஆய்வாளர் ஜான் எவிலின்

1620ஆம் ஆண்டு இங்கிலாந்து நாட்டின் வோட்டன் என்ற ஒரு கிராமத்தில் ஜான் எவிலின் பிறந்தார்.

அவர் இளைஞராக இருந்த காலத்தில் கிராமப்புறங்களில் உள்ள மரம், செடி, கொடிகளை அழித்து நகரை உருவாக்கும் முயற்சியில் ஈடுபட்டனர். அதற்கு எவிலின் மிகக் கடும் எதிர்ப்பைத் தெரிவித்தார்.

எப்பொழுதும் தாவரங்களை ஆராய்வதே அவரது நோக்கமாய் இருந்தது. வறுமை ஏற்பட்டபோதிலும் அவர் தம்முடைய ஆராய்ச்சியைக் கைவிடவில்லை.

தாவரவியல் குறித்துப் பல பயனுள்ள தகவல்களை அளித்தவர் எவிலின். செடிகளை வளர்ப்பது, புல்தரைகளைக் காப்பது, மரங்களை வளர்க்கும் முறை ஆகியன குறித்து ஆய்வு நடத்தி வெற்றியும் கண்டார். நவீனத் தோட்டக்கலையின் வளர்ச்சிக்கு அடித்தளமிட்டவர் என இவரைக் கூறலாம்.

முதலில் இவருடைய ஆய்வுகளைப் பலரும் கவனிக்காமல் இருந்தனர். பின்னர் ஒரு காலகட்டத்தில் இவரது ஆராய்ச்சியின் உன்னதத்தை உணர்ந்த மக்களும் அரசும் இவரைக் கௌரவித்தனர்.

'விஞ்ஞான முறையில் வேளாண்மை செய்வது எப்படி?' என்ற இவரது ஆராய்ச்சி உலக அளவில் பிரசித்தி பெற்றதாகும். ஜான் எவிலின் 1706ஆம் ஆண்டில் காலமானார்.

51 மனித உடலில் மின்சாரத்தைக் கண்ட விஞ்ஞானிகள்

இத்தாலி நாட்டில் கால்வானி என்ற உடற்கூறுப் பேராசிரியர் இருந்தார். அவரது மனைவி இறைச்சி வாங்கக் கடைக்குச் சென்றார். அங்கு வெட்டப்பட்ட தவளையின் கால்கள்

காற்றுப்பட்டு அசைவதைக் கண்டு வியப்பும், பயமும் கொண்டு வீட்டிற்கு வந்து தனது கணவரிடம் கூறினார்.

இதைக் கேட்ட கால்வானி ஒரு இறந்த தவளையைக் கொண்டு வந்து ஒரு தாமிரக் கொக்கியில் மாட்டினார். அந்தக் கொக்கியை ஓர் இரும்புக் கைப்பிடியில் மாட்டினார். அப்போது ஜன்னல் வழியாக வந்த பெருங்காற்று தவளையின்மீது பட்டதும் தவளையின் கால்கள் சுருக்கென உள்ளிழுத்துக் கொண்டன. பின்பு இது குறித்துத் தொடர்ந்து ஆய்வு செய்து சில உண்மைகளைக் கண்டறிந்தார்.

இவரது ஆராய்ச்சியைத் தொடர்ந்து செய்த இத்தாலிய அறிஞர் அலெக்சாண்டர் வோல்டா என்பவர் இந்நிகழ்ச்சிக்குத் தகுந்த விளக்கம் அளித்தார். இரும்புக் கம்பியில் உள்ள தாமிரக் கம்பியிலிருந்து தொங்கவிடப்பட்டுள்ள தவளையின் கால்கள் இரும்புச் சட்டத்தைத் தொடும்போதெல்லாம் சுற்றுப் பூர்த்தி செய்யப்பட்டு மின்சாரம் பாய்வதால் தசைகள் இறுகிக் கால் அசைகிறது என்றார்.

உயிர்களிலுள்ள மின்சாரத்தைக் கூறும்பொழுது ‘மனிதனின் நரம்பு மண்டலத்தில் நடைபெறும் நிகழ்ச்சிக்குக் காரணம் அங்கு தோற்றுவிக்கப்படும் மின்னோட்டமே’ என்கின்றார்கள்.

மனித உடலிலேயே மின்சக்தியைத் தோற்றுவிக்கும் இயல்பு அமைந்திருக்கிறது என்றும், அதைக் கொண்டு மின்சார பல்பை எரியச் செய்ய முடியும் என்றும் விஞ்ஞானிகள் கண்டு கூறியுள்ளனர்.

52 எஃகு தயாரித்த விஞ்ஞானி

எஃகு என்பது ஒரு கலப்பு உலோகமாகும். இரும்புடன் கரி போன்ற தனிமங்கள் அல்லது நிக்கல், குரோமியம், மாங்கனிசு போன்ற உலோகங்களைச் சேர்த்து எஃகு தயாரிக்கப்படுகின்றது. குறைந்தபட்சமாக எஃகுவில் கலந்துள்ள கரியே அதற்கு வலிமை

சேர்க்கின்றது. அந்தக் கரி அதிகமானாலும் எஃகுவின் வலிமை குறைந்துவிடும்.

இரும்பிலிருந்து எஃகு தயாரிக்க இரண்டு முறைகள் உள்ளன ஒன்று பெஸிமர் முறை. மற்றொன்று திறந்த அடுப்புமுறை.

1856ஆம் ஆண்டு ஹென்றி பெஸிமர் என்ற ஆங்கிலேயர் பயன்படுத்திய முறை அவர் பெயரிலேயே பெஸிமர் முறை என வழங்கப்பட்டது.

சாதாரண இரும்பை மேம்படுத்த வார்ப்பு இரும்பின்மீது சூடான காற்றைச் செலுத்தி அதிலுள்ள கரியை ஆவியாக்கி அப்புறப்படுத்தி அதன் தரத்தை அதிகரிக்கின்றார். இதற்கென ஒரு இயந்திரத்தையும் வடிவமைத்தார். இவரது இயந்திரத்தை அடிப்படையாகக் கொண்டு இன்று எஃகு தயாரிக்கப்படுகின்றது.

திறப்பு அடுப்பு முறையை டாக்டர் சார்லஸ் சீமன்ஸ் என்பவர் கண்டுபிடித்தார். இந்த முறை எளிதாக இருந்தது.

பெஸிமர் முறையில் சூடான காற்று திரவத்தின் ஊடே செலுத்தப்படுகின்றது. திறந்த அடுப்பு முறையில் காற்று திரவத்தின் மேற்பரப்பில் செலுத்தப்படுகின்றது.

53 குரோமியத்தைக் கண்டறிந்த விஞ்ஞானிகள்

'குரோமோ' என்ற கிரேக்கச் சொல்லுக்குப் பிரகாசமான நிறம் என்று பொருள். எனவே, பளிச்சிடும் வெள்ளிய நிறமுடைய அத் தனிமத்திற்கு அதைக் கண்டுபிடித்த அறிஞரான லூயி நிக்கலோஸ் வோகொலான் 'குரோமியம்' எனப் பெயரிட்டனர்.

லூயி நிக்கோலஸ் வோகொலான் பிரான்ஸ் நாட்டைச் சேர்ந்தவர். இவர் பூமியின் ஆழத்திலிருந்து தோண்டியெடுக் கப்பட்ட கனிமங்களை ஆராய்ந்து கொண்டிருக்கையில் குரோமியத்தைக் கண்டுபிடித்தார்.

குரோமியம் மின்சாரத் தொழிலிலும், பெயிண்டுகள், துணிமணிகளுக்குரிய சாயம், தோல்பதனிடுதல் போன்றவற்றிலும் முக்கிய இரசாயனமாகப் பயன்படுகின்றது.

ஜெட்விமானங்களில் சுழலும் இயந்திரங்களிலும் முக்கியப் பொருளாகப் பயன்படுகின்றது.

குரோமியம் நேரடியாகப் பூமியிலிருந்து பளிச்சிடும் பொருளாகக் கிடைப்பதில்லை. குரோமைட்டாகத்தான் கிடைக்கின்றது.

பின்பு குரோமைட் இரசாயன முறைப்படி சுத்திகரிக்கப்பட்டு குரோமியமாக மாற்றப்படுகின்றது. இந்நிகழ்வின்போது அலுமினியம் ஆக்சைடு, சிலிக்கான், டயாக்சைடு, கரியமிலவாயு போன்றவை கிடைக்கின்றன.

உலகில் இன்று 3 மில்லியன் குரோமியமும் அதன் கூட்டுப் பொருள்களும் தயாரிக்கப்படுகின்றன. இது சமீப காலத்தில் கண்டுபிடிக்கப்பட்டு இத்தகைய வளர்ச்சியை அடைந்துள்ளது.

54 அலுமினியத்தை உருவாக்கிய மேதைகள்

அலுமினியம்தான் இன்று உலகில் அதிக அளவு பயன் படுத்தப்படும் உலோகம். ஆனால், இதைக் கண்டுபிடித்த பொழுது இதன் பயனை யாரும் அறிந்திருக்கவில்லை.

உலகிலேயே முதல் முதலாக அலுமினியத்தை அதிக அளவில் தயாரித்தவர் ‘ஹென்றி செயிண்ட்க்ளோர் தெவில்லி’ என்னும் பிரெஞ்சு நாட்டு அறிவியல் அறிஞராவார். இவரது பெயரிலேயே இவ்வுலோகம் பல ஆண்டுகள் தெவில்லியரின் உலோகம் என அழைக்கப்பட்டது.

அக்காலத்தில் அலுமினியம் தயாரிப்புச் செலவு அதிகமாக இருந்ததால் 1852ஆம் ஆண்டில் ஒரு ராத்தல் அலுமினியம் ரூ. 2700 கணக்கிற்கு விற்கப்பட்டது. இதன் பயனை அறிந்த செயிண்ட்

கிளேர் என்ற அறிஞர் இதன் விலையைக் குறைக்கச் சிக்கனமாக அலுமினியம் குளோரைடை சோடியத்துடன் சேர்த்து இரசாயன முறையில் தயாரித்தார்.

அப்போது ஒரு ஆண்டிற்கு 13 டன் அலுமினியம் தயார் செய்யப்பட்டது. ஒரு ராத்தல் அலுமினியத்தின் விலை ரூ. 60 ஆகக் குறைந்தது. பின்பு இரண்டு ரூபாய்க்குக் குறைந்தது. அக்காலத்தில் இது அதிக மதிப்பாக இருந்திருக்கும்.

இன்று ஆண்டுக்கு ஐந்து மில்லியன் டன்கள் அலுமினியம் உற்பத்தி செய்யப்படுகின்றது.

55 மக்னீஸியம் கண்டுபிடித்த விஞ்ஞானிகள்

மக்னீஷியமானது மிகவும் விரைவாகப் பிராணவாயுவுடன் சேர்ந்து ஒளிரக் கூடியது. இந்த இயல்பின் காரணமாகவும் இது அளவுக்கு அதிகமாக இலேசாக இருப்பதினாலும் இதன் பயன் பாடு அறியப்படாமலும், வளர்ச்சி அடையாமலும் இருந்தது.

ஆகாயவிமானம், கப்பல் போன்றவை மிகவும் அதிகப் பயன்பாட்டிற்கு வந்த பின்னர் மக்னீஷியத்தின் பயன் அதிகரிக்கத் தொடங்கியது.

ஆகாய விமானம், கப்பல் போன்றவற்றை மிகவும் லேசான பொருளைக் கொண்டு தயாரிக்க வேண்டியிருந்ததால் அனைவரும் மக்னீஷியத்தின் பயனை உணர்ந்து அதைத் தேடத் தொடங்கினர்.

இந்த நிலையில் அமெரிக்க நாட்டைச் சேர்ந்த டாக்டர் ஹெர்பர்ட் ஹென்றி டௌ என்பவர் கடல் நீரிலிருந்தும் பிற உப்புத் தண்ணீரிலிருந்தும் மக்னீஷியத்தை மின்னாற்பகுப்பு முறை மூலம் தயாரிக்கும் முறையைக் கண்டுபிடித்தார். இந்த முறையைக் கையாண்டு மக்னீஷியம் பெருமளவில் தயாரிக்கப்பட்டது.

கடல் நீரிலிருந்து அதிக அளவில் வணிக நோக்கத்துடன் பிரித்தெடுக்கப்பட்ட முதல் உலோகம் மக்னீஷியம்தான்.

56 கிரந்திப் புண்ணிற்கு மருந்து கண்ட விஞ்ஞானி

கிரந்திப்புண் பழங்காலத்தில் மக்களைப் பாடாய்ப்படுத்திய நோய்களில் ஒன்று. இது ஒரு நிலைக்கு மேல் முற்றிவிட்டால் அதைக் குணப்படுத்த எந்த மருந்துமே இல்லாத நிலையில் மருத்துவர்களும் கைவிட்டுவிட்டனர்.

எர்லிக் என்ற ஜெர்மானிய இரசாயனப் பேரறிஞர் கிரந்திப் புண்ணை ஒழிக்க நினைத்து அதற்கு நல்ல மருந்தைக் கண்டு பிடிக்கும் முயற்சியில் இறங்கினார்.

இதன் பலனாக ஆர்சனிக் என்னும் பாஷாணத்தின் ஓர் அணுவைச் சுத்திகரிக்க அணுவோடு கலந்து கிடைக்கும் கலப்பு இரசாயனப் பொருள் கிரந்திக்கு ஏற்ற மருந்துப் பொருள் எனக் கண்டறிந்தார்.

ஆனால், இது எளிதானதாக இல்லை. வெள்ளைப் பாஷாண அணு, கரி அணுக்களோடு ஒன்று சேரவில்லை. அவற்றை அவர் பலமுறை மனம் தளராமல் முயன்று அறுநூற்று ஆறாவது தடவையாக முயற்சி செய்து வெற்றியும் கண்டார். எனவே, அம்மருந்திற்கு 'அறுநூற்று ஆறு' என்ற பெயரையே சூட்டினார் எர்லிக்.

இன்று 'அறுநூற்று ஆறு' என்ற அறிஞர் எர்லிக்கின் மருந்து கிரந்திப் புண்ணை எந்த நிலையிலும் குணமாக்க வல்லது என மருத்துவர் அனைவராலும் ஒப்புக் கொள்ளப்பட்டுப் பயன் படுத்தப் பட்டு வருகின்றது.

57 உயிரைத் தியாகம் செய்த மருத்துவ அறிஞர்

1878ஆம் ஆண்டு ஜப்பான் நாட்டில் சற்று வசதியான குடும்பத்தில் பிறந்தவர் யாமோ நோகுச்சி. இவர் இடையூறுகள் இன்றிக் கல்வி பயின்று இளம் வயதிலேயே டாக்டர் பட்டம் பெற்றார்.

தனது தாய்நாட்டில் டாக்டர் தொழில் செய்து புகழும் செல்வமும் பெற்ற நோகுச்சி, ஆப்பிரிக்கா சென்றிருந்தபோது அங்கு மஞ்சள் காய்ச்சல் நோயால் பல ஆப்பிரிக்க மக்கள் உயிரிழந்ததைக் கண்டு மனம் வருந்தினார்.

மஞ்சள் காய்ச்சலைக் கட்டுப்படுத்தி அப்பாவி மக்களைக் காப்பாற்றும் முயற்சியில் இறங்கினார். அந்த முயற்சியில் அவருக்கு வெற்றியும் கிடைத்தது.

மஞ்சள் காய்ச்சலால் பாதிக்கப்பட்ட பல மக்களை நோகுச்சி தனது சிகிச்சை முறையினால் காப்பாற்றினார். நோயும் கொஞ்சம் கொஞ்சமாகக் கட்டுப்படத் தொடங்கியது.

திடீரென ஒரு நாள் டாக்டர் நோகுச்சியையே அக் கொடும் நோய் தாக்கியது. ஆனால், அவரோ தனது நோயைப்பற்றிக் கவலைப்படாமல் மக்களின் துயர் தீர்ப்பதிலேயே முழுமூச்சாகச் செயல்பட்டார். தனக்கு எந்தவிதமான சிகிச்சையையும் எடுத்துக் கொள்ளவில்லை.

கடைசியில் மஞ்சள் காய்ச்சல் நோய் டாக்டர் நோகுச்சியின் உயிரைக் குடித்தது. மக்களுக்காகத் தனது உயிரைத் தியாகம் செய்த அந்த மருத்துவ அறிஞர் 1928ஆம் ஆண்டு மரணமடைந்தார்.

58 இயற்கை மருத்துவத்தைக் கையாண்ட அறிஞர்

1782ஆம் ஆண்டு இங்கிலாந்து நாட்டில் பிறந்தவர் ஆர்னால்டு ஜோசப். நமது நாட்டில் பழங்காலம் முதல் பின்பற்றப்பட்டு வந்த சித்த, ஆயுர்வேத மருத்துவ முறைகளைப் போன்று இவரும் கனிகள், இலைகள், வேர்கள் என இயற்கைப் பொருட்களால் மருத்துவம் செய்தார். இதனால் பெரும் புகழ் அடைந்து 'இயற்கை மருத்துவர்' என்று அனைவராலும் பெருமையுடன் அழைக்கப்பட்டார்.

மருத்துவக் கல்வியில் தேறி டாக்டர் பட்டம் பெற்ற உடன் ஒரு கப்பலில் மருத்துவராகப் பணிக்குச் சேர்ந்தார். கப்பலில் புதுப்புது இடங்களுக்குச் சென்ற ஜோசப் அந்தந்த இடங்களில் உள்ள தாவரங்களின் இலைகள், வேர்கள் என அனைத்தையும் ஆராய்ந்து அதன் மருத்துவக் குணங்களைக் கண்டறிந்தார்.

இதன் பயனாகப் பல நோய்களுக்கு இயற்கையாக மருந்துகள் தயாரித்து நோயாளிகளைக் குணப்படுத்திப் புகழ்பெற்றார்.

இந்த 'இயற்கை மருத்துவர்' டாக்டர் ஆர்னால்டு ஜோசப் 1818ஆம் ஆண்டு மறைவெய்தினார்.

அவர் மறைந்தாலும் அவரது மருத்துவமுறைகள் இன்றளவும் அனைத்து மருத்துவர்களாலும் பாராட்டப்படுகின்றன.

59 ரேடியத்தின் தன்மையை உணர்த்திய ஹென்றி பெக்வரெல்

சில கடிகாரங்களின் எண்களிலும், அழகுப் பொருட்களிலும் இரவில் ஒளிரக்கூடிய ஒரு பொருள் ரேடியம் ஆகும்.

ஹென்றி பெக்வரெல் என்ற பிரெஞ்சு நாட்டு அறிஞர் பல காலம் ஆராய்ச்சி செய்து இருளில் ஒளிரக்கூடிய பொருட்களைப்

பற்றிப் பல உண்மைகளைக் கண்டறிந்தார். அவர் இருளில் ஒளி வீசக் கூடிய பல பொருட்களைக் கண்டுபிடித்தார். அதில் யுரேனியமும் ஒன்று. இது ஒரு உலோகம். யுரேனியம் தொடர்பாக பெக்வரெல் தொடர்ந்து ஆராய்ச்சியில் ஈடுபட்டார்.

ராண்ட்ஜனின் எக்ஸ்-கதிர் கண்டுபிடிப்பைத் தொடர்ந்து யுரேனியத்திலிருந்து கதிர்கள் வெளிப்படுவதாக நினைத்துச் சோதனைகள் செய்தார். இருள் நிறைந்த பெட்டியில் கருப்புத் தாளால் மூடப்பட்ட புகைப்படத்தாளில் யுரேனியம் உப்பைப் பூசி வைத்தார். பின்பு அதில் கறைகள் இருப்பதைக் கண்டார்.

பெக்வரெல் 1896ஆம் ஆண்டு யுரேனியம், யுரேனியம் உப்பு போன்றவற்றிலிருந்து ஒரு வகைக் கதிர்வீச்சு வெளிப்படுகிறது என்றும் அது சில தனிமங்களில் எக்ஸ்-கதிரை ஒத்துள்ளது என்றும் கூறினார். பின்பு யுரேனியத் தாதுவான 'பிச்சு பிளெண்ட்' என்ற பொருளை ஆராய்ச்சி செய்து அதன் கதிர்வீச்சு யுரேனிய உப்பின் கதிர்வீச்சைவிடப் பலமடங்கு அதிகமாக இருப்பதைக் கண்டு பிடித்தார்.

ஆனால், அது குறித்த ஆராய்ச்சியில் தொடர்ந்து ஈடுபடா மலேயே அவர் மரணமடைந்துவிட்டார்.

60 விஞ்ஞானித் தம்பதி மேரி க்யூரி, பியாரி க்யூரி

ஹென்றி பெக்வரெல்லின் ஆராய்ச்சியினைத் தொடர்ந்து செய்து ரேடியத்தைக் கண்டுபிடித்துப் பெருமை பெற்றவர்கள் மேரிக்யூரி அம்மையாரும் அவரது கணவர் பியரி க்யூரியுமே ஆவர்.

யுரேனியம் அல்லது யுரேனிய உப்பிலிருந்து வெளிப்படும் கதிர்வீச்சு எந்த இயற்கைச் சக்தியாலும் பாதிப்படையாது என்றும், இதைப் போன்ற மற்றொரு பொருளே தோரியம் என்றும் கண்டறிந்தார். இப்பொருட்களைக் 'கதிரியக்கப் பொருட்கள்' எனவும் இந்நிகழ்வைக் 'கதிரியக்கம்' என்றும் க்யூரி அம்மையார் கூறினார்.

யுரேனியத்தில் உள்ள அந்த சக்தி வாய்ந்த பொருளைக் கண்டறிவதற்காக ஹென்றி பெக்வரெல் கண்டறிந்த அதன் தாதுவான 'பிச்சு பிளெண்ட்' தாதுவை இருவரும் ஆராய்ந்தனர். இறுதியில் அதில் அதிகச் சக்தி வாய்ந்த இரண்டு தனிமங்கள் இருப்பதைக் கண்டறிந்தனர்.

இதில் ஒன்றின் சக்தி யுரேனியத்தைவிட 100 மடங்கு அதிக மிருப்பது தெரிந்தது. இதை க்யூரி அம்மையார் 1818ஆம் ஆண்டு பிரித்தார். இதை அவரது தாய்நாடான போலந்தின் பெயராலேயே பொலேனியம் என்று அழைத்தனர்.

பின்பு இதைவிடச் சக்திவாய்ந்த மற்றொரு தனிமத்தை க்யூரி அம்மையார் பிரித்தெடுத்தார். இதுவே ரேடியம் ஆகும்.

மிகச்சிறந்த விஞ்ஞானியான கியூரி அம்மையாருக்கு உலகின் மிகச் சிறந்த விருதான நோபல் பரிசு இருமுறை வழங்கப்பட்டது.

61 நிறமாலைத் தத்துவத்தைக் கண்ட விஞ்ஞானி

1891ஆம் ஆண்டு அக்டோபர் 20ஆம் தேதி இங்கிலாந்து நாட்டின் மான்செஸ்டர் நகரில் பிறந்தவர் ஜேம்ஸ் சாட்விக்.

அணுவின் உட்கருவைச் சிதைத்து சக்தியினைப் பெறுவதில் பல புதிய யுக்திகளைக் கண்டறிந்தவர். இவர் நியூட்ரான் சக்தியும், புரோட்டானின் எடையும் நியூட்ரானின் எடையும் சமம் என்பதையும் கண்டுபிடித்து வெற்றிகரமாக அவற்றை நிரூபித்தும் காட்டினார்.

1913ஆம் ஆண்டு நீல்ஸ்போன் என்ற விஞ்ஞானி ஹைட்ரஜன் வாயு மின்சாரத்தால் சூடேறி ஒளிரும்போது நிறமாலை உண்டாகின்றது என்று கண்டுபிடித்தார்.

சாட்விக் இவரது ஆராய்ச்சியைத் தொடர்ந்து விரிவாகச் செய்து நிறமாலை தோன்றுவதற்கான அடிப்படை உண்மையைக் கண்டுபிடித்தார்.

ஹைட்ரஜன் அணுச் சிதைவில் உண்டாகும் மாறுதலே இதற்குக் காரணம் என நிரூபித்துக் காட்டினார்.

அவர் ஆராய்ந்து எழுதிய 'நிறமாலைத் தத்துவம்' என்ற நூல் அணு ஆராய்ச்சியில் ஈடுபடுகின்ற அறிவியல் அறிஞர்களுக்குப் பெரும் வழிகாட்டியாக உதவி புரிகின்றது.

62. அணுவியலை அறிந்த அறிஞர்

1901ஆம் ஆண்டு செப்டம்பர் 29ஆம் தேதி இத்தாலி நாட்டின் தலைநகரான ரோமில் பிறந்தவர் என்ரிகோ பெர்மி என்ற அணுவியல் விஞ்ஞானி.

அமெரிக்க நாடு அணுகுண்டுகளைத் தயாரித்து வல்லரசாகத் திகழ்வதற்கு இவருடைய அணுவியல் குறித்த ஆய்வு முடிவுகள் தான் பேருதவி புரிந்தன. இத்தாலியச் சர்வாதிகாரியாக இருந்த முஸோலினியால் அந்நாட்டு விஞ்ஞானிகள் பெரும் அவதிக்கு ஆளாக்கப்பட்டார்கள்.

இந்தக் காரணத்தினால் என்ரிகோ பெர்மி 1938ஆம் ஆண்டு இத்தாலிய நாட்டிலிருந்து வெளியேறி அமெரிக்க நாட்டிற்குக் குடியேறினார்.

தனக்கு அடைக்கலம் தந்த அமெரிக்காவிற்கு உதவும் வகையில் அணுகுண்டு தயாரிப்பில் இவரது கருத்துக்கள் பெரிதும் பயன்பட்டன.

இவரது ஆலோசனையும், ஒத்துழைப்பும் இல்லாமல் போயிருப்பின் அணுகுண்டு தயாரிப்பில் அமெரிக்கா கண்டிப்பாக முன்னிலைக்கு வந்திருக்க முடியாது.

63. அறிவியல் மேதை ராபர்ட் பாயில்

1627ஆம் ஆண்டு ஜனவரி மாதம் 26ஆம் தேதி அயர்லாந்து நாட்டின் மன்ஸ்ட்டெர் என்னும் ஊரில் பிறந்தவர் ராபர்ட் பாயில்.

நமது பிராணவாயுவான ஆக்ஸிஜனை முதன் முதலில் கண்டு கூறியவர் இவரே. இதன்மூலம் ஆக்ஸிஜன் எரிபொருளாகவும், பிற பலவற்றிற்குப் பயன்படுத்தப்பட்டது.

இதுமட்டுமின்றி இவர் கடுமையாக ஆராய்ந்து ஒலியின் வேகம், நிழல்கள் தோன்றுவதற்கான காரணங்கள், படிகத்தின் அமைப்பு, நிலை மின்விசை போன்ற பல அறிவியல் உண்மை களைக் கண்டறிந்து மாபெரும் விஞ்ஞானப் புரட்சியையே ஏற்படுத்தினார். இவரது கண்டுபிடிப்புகளே வருங்காலத்தில் பல ஆய்வுகளுக்கு அடிப்படையாகக் கொள்ளப்பட்டன.

64. பெரிஸ்கோப்பைக் கண்டுபிடித்தவர்

போர்களுக்கும், ஆராய்ச்சிக்கும் பயன்படுத்தப்படும் நீர்மூழ்கிக் கப்பல்களில் இருந்தபடியே மேலே நடப்பவற்றைப் பார்ப்பதற்காக அதில் அமைந்துள்ள லென்சுகளையும் குழாய் களையும் கொண்ட பொருளே பெரிஸ்கோப் எனப்படும்.

கடல்மட்டத்திற்கு அடியில் பயணிக்கும் நீர்மூழ்கிக் கப்பலில் இருந்து மேலே நடப்பவற்றை இவற்றைக் கொண்டு பார்க்க முடியும். நீர்மூழ்கிக் கப்பல்களின் கண்கள் என இவற்றைக் கூறலாம்.

இந்தப் பெரிஸ்கோப்பை 1608ஆம் ஆண்டு லிம்பாஸி என்ற அறிஞர் கண்டுபிடித்தார். இவர் கண்ணாடிகள் தயாரிக்கும் தொழிற்சாலை ஒன்றை நடத்தி வந்தார். இதனாலேயே அவருக்கு பெரிஸ்கோப் தயாரிக்கும் வாய்ப்புக் கிடைத்தது எனலாம்.

65 ஜெட் விமானத்தைக் கண்டுபிடித்த விஞ்ஞானி

பயணம் புரியவும், போர்களிலும் மற்றும் பிற வேகமான தேவைகளுக்கும் ஜெட் விமானங்களைத் தவிர வேறு சிறந்தது எதுவும் இல்லை எனலாம். போர்க்காலத்தில் இவற்றின் பங்கீடு வியக்கத்தக்கது, முக்கியமானது ஆகும்.

சிக்கலின்றி வேகமாக விண்ணில் ஏறுவதிலும், வானில் தானாக இயங்குவதிலும் ஜெட்விமானங்களே சிறந்தவை. ஜெட் விமானத்தின் சிறப்பு வேகத்திற்கும் பிற திறன்களுக்கும் முக்கியக் காரணமாக விளங்குவது அதன் என்ஜின்களே.

இத்தகைய சிறப்பு மிக்க ஜெட்விமானத்திற்கான என்ஜினை 1930ஆம் ஆண்டு விட்டில் என்ற அறிஞர் கண்டுபிடித்துச் சாதனை படைத்தார்.

66 யூரியா தயாரித்த வல்லுனர்

1800ஆம் ஆண்டு ஜூலை மாதத்தில் ஜெர்மனியில் உள்ள ப்ராங்க்பர்ட் ஆமெயின் என்ற நகருக்கு அருகாமையில் இருக்கும் சிற்றூரில் பிறந்தவர் வேவர் பிரடரிக்.

இவர் 'சையனேட்' என்ற பொருளைப் பற்றி ஆராய்ந்து கொண்டிருந்தார். அப்போது அவர் பொட்டாசியம் சைய னேட்டைக் கண்டுபிடித்தார். அதில் அமோனியம் சல்பேட்டைச் செயற்பட விடும்போது அந்தக் கரைசலிலிருந்து அமோனியம் சல்பேட்டின் ஊசி வடிவான படிகங்கள் தோன்றின. இவையே யூரியா ஆகும்.

இவ்வாறு பிரடரிக் தற்செயாக யூரியாவைக் கண்டறிந்தார். யூரியா என்றால் உரம் மட்டுமன்று. அழகு சாதனத் தயாரிப்பிலும் யூரியா பயன்படுகின்றது.

சில சக்தி வாய்ந்த மருந்துகளின் மூலப்பொருளாகவும் யூரியா பயன்படுகிறது. மேலும் சிலவகை ஆற்றல் மிக்க மருந்துகளைத் தயார் செய்ய யூரியா நேரடியாகப் பயன்படுகின்றது.

பிளாஸ்டிக் பொருட்கள் தயாரிப்பு, சிலவகை நெசவு, செயற்கை நூல்கள் தயாரிப்பு போன்று எத்தனையோ விஷயங்களில் நேரடியாகவும் மறைமுகமாகவும் பயன்படுகின்றது யூரியா.

67. நொதித்தலைக் கட்டுப்படுத்திய பாஸ்டியர்

லூயி பாஸ்டியர் பிரான்ஸ் நாட்டின் கிழக்குப் பகுதியில் உள்ளபோல் என்னும் சிற்றூரில் பிறந்தவர்.

இவர் நொதித்தலைப் பற்றி பல ஆய்வுகளை நடத்தியுள்ளார். சில பொருட்களில் ஏற்படும் வேதியல் மாறுபாட்டிற்கு நொதித்தல் என்று பெயர். இதனால் நன்மையும் உண்டு. தீமையும் உண்டு. நொதித்தல் செயலால்தான் பால் மோராக மாறுகின்றது, மாவு புளிக்கின்றது.

திராட்சைப்பழம் நொதிப்பதால்தான் ஒயின் தயாரிக்கப்படுகின்றது. இதுவே அதிகமாக நொதித்தால் அது கெட்டு வீணாகிவிடுகின்றது. பிரான்சு நாட்டில் ஒயின் தயாரித்தல் முக்கியத் தொழிலாகும். நொதித்தலால் இத்தொழில் பெரிதும் பாதித்தது.

இதைத் தடுக்க நினைத்த லூயி பாஸ்டியர் இது குறித்துப் பல ஆய்வுகள் செய்து இதற்கு இயற்கையில் உள்ள பல நுண்ணுயிர்கள்தான் காரணம் என்று கண்டுபிடித்தார்.

இந்தக் கண்ணுக்குத் தெரியாத நுண்ணுயிர்களை வெப்பத்தால் கட்டுப்படுத்தலாம் என்ற உண்மையைக் கண்டறிந்தார். இவர் கண்ட முறையில் ஒயின் தொழிலை நல்ல விஞ்ஞான அடிப்படையில் நிலையாக அமைத்தனர். இதற்கு 'பாஸ்டியர் முறை' என்று பெயர். 'பாஸ்டியர் முறை'யைக் கொண்டு நொதிக்கக் கூடிய பல பொருட்களை நீண்டகாலம் கெடாமல் பாதுகாக்க முடிந்தது.

68. பூமியின் காந்த சக்தியை உணர்த்திய விஞ்ஞானி

ஒரு காந்த ஊசியை நூலில் கட்டித் தொங்கவிட்டால் அதன் முனைகள் தெற்கு வடக்குத் திசையாக நிற்பதைக் காணமுடியும். இதற்கு அந்த காலத்தில் விஞ்ஞானிகளுக்கே காரணம் தெரியாமல் இருந்தது. சிலர் வடதிசையில் பெரிய காந்த மலை இருப்பதே காரணம் எனக் கூறினர்.

டாக்டர் கில்பர்ட் என்ற பௌதிக அறிஞர் காந்த சக்தியுள்ள பொருட்கள் குறித்து ஆராய்ந்து வந்தார். காந்த ஊசியைப் பல வடிவமுள்ள காந்தங்களின் அருகே கொண்டு வந்து சோதித்துப் பார்த்தார். அதை ஒரு கோள வடிவக் காந்தத்தின் அருகே கொண்டு வரும்போது அதைக் காந்தத்தின் எந்தப் பகுதிக்கு மேல் வைத்தாலும் ஒரு பகுதியை நோக்கி அதன் வடமுனை இருப்பதைக் கண்டார். இதே காரணத்தால்தான் தொங்கவிடப்பட்ட ஊசியும் வடதென் துருவமாக இருப்பதாக எண்ணிய அவர் தீவிரமாக ஆராய்ந்து பூமியும் ஒரு கோள வடிவக் காந்தம் என்ற உண்மையைக் கண்டறிந்தார்.

டாக்டர் கில்பர்ட் இந்த உண்மையை அறிஞர்கள் முன்னிலையில் பூமி ஒரு காந்தம் என்பதையும், எனவே காந்த ஊசி வட தென்துருவங்களை நோக்கி இருப்பதையும் நிரூபித்தார்.

இக்கருத்தினை அறிவியல் அறிஞர்களும் ஏற்றுக் கொண்டனர்.

69. ஒளி மின்சாரத்தைக் கண்டறிந்த மாக்ஸ் பிலாங்க்

டென்மார்க் நாட்டில் 1858ஆம் ஆண்டு ஏப்ரல் 23ஆம் தேதி பிறந்தவர் மாக்ஸ் பிலாங்.

தானியங்கு கதவுகள், எச்சரிக்கை மணிகள், வீட்டிற்குள் வருவோரையும், வெளியேறுபவர்களையும் கணக்கிட்டுக் கூறும்

கருவி போன்றவை மாக்ஸ் பிலாங்க்கின் அரிய கண்டுபிடிப்பால் நிகழ்ந்த அற்புதங்களாகும்.

மேற்கண்ட சாதனங்களில் ஒளி மின்சாரம் ஒன்று பயன்படுத் தப்பட்டுள்ளது. இதில் ஏற்படும் தடையால் ஒரு மோட்டார் இயங்கத் தொடங்கி மேற்கண்ட அற்புதங்களைச் செய்கின்றது.

இது இன்று பல்வேறு சாதனைகளைப் புரியப் பயன் படுகின்றது. இத்தகையஅரிய ஒளி மின்சாரத்தைக் கண்டறிந்தவர் தான் மாக்ஸ் பிலாங்க் ஆவார்.

70 உலோக இழையை உருவாக்கிய லாங்மூர்

இன்று நமக்கு ஒளி தந்து கொண்டிருக்கும் மின்சார விளக்கைக் கண்டுபிடித்தவர் எடிசனாக இருப்பினும், அதற்குப் பேருதவியாக இருந்தது லாங்மூரின் கண்டுபிடிப்புதான்.

மின்சார விளக்கினுள் உள்ள ஓர் உலோக இழை சூடாவதன் காரணமாகத்தான் மின்விளக்கிலிருந்து நமக்கு ஒளி கிடைக்கின்றது.

இந்த உலோக இழைக்கு டங்ஸ்டன் ஃபிலெமண்ட் என்று பெயர். இதைக் கண்டுபிடித்தவரே லாங்மூர் ஆவார். இந்தச் சாதனையை 1915ஆம் ஆண்டில் அவர் நிகழ்த்தினார்.

71 இடிதாங்கியைக் கண்டுபிடித்தவர்

1752ஆம் ஆண்டு அமெரிக்காவைச் சேர்ந்த பென்சமின் ஃப்ராங்க்ளின் என்ற அறிஞர் சிறுவயதில் வட்டத்தைக் கொண்டு சோதனை செய்து மின்னல் ஒரு மின்சாரம்தான் என்பதைக் கண்டுபிடித்தார்.

இதன் அடிப்படையிலேயே அவர் இடிதாங்கியைக் கண்டு பிடித்தார்.

இந்த இடிதாங்கி உயரமான இடங்களில் அமைக்கப் பட்டிருக்கும். பல கூர்முனையுள்ள கம்பியிலிருந்து ஒரு கம்பி பூமியுடன் இணைக்கப்பட்டிருக்கும். உயரே உள்ள கம்பி இடியை ஈர்த்துப் பூமியில் செலுத்திவிடும். இதனால் இடியினால் கட்டடங்களுக்கும், மனிதர்களுக்கும் ஏற்படும் ஆபத்துக்கள் தடுக்கப்படுகின்றன.

செயற்கையாக மனிதன் மின்சக்தியை ஆராயும்போது மின்னல் போன்ற நிலை ஏற்படுகின்றது. ஃப்ராங்க்ளின் 1746ஆம் ஆண்டே தனது நாற்பதாவது வயதில் மின்சார சக்தியைப் பற்றிய ஆராய்ச்சியில் ஈடுபட்டார்.

மின்னலைத் தோற்றுவிக்கும் மேகங்களில் உள்ள மேனோக்கிய காற்றோட்டமே மின்னலுக்குக் காரணமாகும். அப்போது மேகங்களில் உள்ள நீர்த்துளிகள் மின்விசையை ஏற்று மின்னலாக மாறுகின்றன.

வெயில் காலங்களிலும் மின்னல் ஏற்படும். ஆனால், மழைக்காலத்தில்தான் அதன் மின்சக்தி தீவிரமடைந்து நம் கண்ணில் படும்படி மின்னலாகப் பளிச்சிடுகின்றது. இந்த மின்னலால் சில தீமைகள் இருப்பினும் மனிதன் மின்சக்தியின் ஆற்றலையும், பயனையும் உணர்ந்து கொள்ள இது வழி கோலியது.

72. காஸ் விளக்கைக் கண்டுபிடித்த அறிஞர்

இன்று எல்லா இடங்களிலும் மின்சார விளக்கே பயன் படுத்தப்படுகின்றது. மின்சாரம் இல்லாதபோது 'பெட்ரோமாக்ஸ்' என்று அழைக்கப்படும் காஸ் விளக்கையே பயன்படுத்து கின்றோம்.

மின்சார விளக்கினைப் போன்றே காஸ் விளக்கும் அதிக வெளிச்சத்தைத் தரும். ஆபத்தான சூழ்நிலையில் பயன்படும். வெளியில் எடுத்துச் செல்லும் வசதி கொண்டது.

இந்த அற்புதமான காஸ் விளக்கு ஒரே நாளில் கண்டுபிடிக்கப் படவில்லை. பல நாள் முயற்சியின் விளைவாகக் கண்டு பிடிக்கப்பட்டது.

இவ்விளக்கினை 1792ஆம் ஆண்டு ஸ்காட்லாண்ட் நாட்டைச் சேர்ந்த முர்டோக் என்ற அறிஞர் கண்டுபிடித்தார்.

73 மருத்துவ அறிஞர் இவான் பாவ்லாப்

1849ஆம் ஆண்டு செப்டம்பர் மாதம் 14ஆம் தேதி ருஷ்ய நாட்டின் நடுப்பகுதியில் உள்ள ரியாஸான் என்ற சிற்றூரில் பிறந்தார். உடலியல் அறிஞரான இவான் பாவ்லாப்.

உடலின் ஜீரண மண்டலத்தின் செயல்பாடுகள் குறித்துத் தீவிரமாக ஆராய்ச்சி செய்து பல அரிய உண்மைகளைக் கண்டுபிடித்து உலகிற்கு அறிவித்தார்.

மனிதனின் ஆரோக்கியத்தின் மேம்பாட்டிற்கு இவரது ஆராய்ச்சி முடிவுகள் பேருதவியாக இருந்தன.

ஜீரண மண்டலத்திற்கும் நரம்பு மண்டலத்திற்கும் இடையே உள்ள தொடர்பினை முதல் முதலாகக் கண்டறிந்து வெளியிட்டவர் இவரே ஆவார். இதன் விளைவாக இன்றும் மனிதகுலம் பல நன்மைகளை அடைந்து வருகின்றது.

இவான் பாவ்லாப்பின் அரிய ஆய்வுகளைப் பாராட்டி 1904ஆம் ஆண்டு இவருக்கு மிகச் சிறந்த நோபல் பரிசு வழங்கப்பட்டது.

74 அம்மை நோய்க்குத் தடுப்புக் கண்ட விஞ்ஞானி

அக்காலத்தில் அம்மை நோய் மக்களிடையே வெகுவாகப் பரவிப் பலரது உயிரைக் குடித்துக் கொண்டிருந்தது. இதற்கு மருந்து கண்டுபிடிக்க எண்ணிய எட்வர்ட் ஜென்னர் என்ற மருத்துவ அறிஞர் குழந்தைப் பருவத்திலேயே இதற்குத் தடுப்பு மருந்து

அளித்தால்தான் இதைத் தடுக்க முடியும் என அறிந்தார். இதை அடிப்படையாகக் கொண்டு எட்வர்ட் ஜென்னர் அம்மை குத்தும் முறையை அறிமுகப்படுத்தினார். இவ்வாறு அம்மை குத்திய தழும்பைப் பலரது உடலில் காணலாம்.

அம்மை குத்தினால் அம்மை நோய் வரவே வராது என மக்கள் நம்பத் தொடங்கினர். எட்வர்ட் ஜென்னர் 1749இல் இங்கிலாந்தின் பெர்க்லி என்ற இடத்தில் பிறந்தவர். இவர் 13ஆம் வயதில் லப்லோ என்ற மருத்துவரிடமும், 19ஆம் வயதில் லண்டனில் ஜான்ஹண்டரிடமும் பயிற்சி பெற்றவர்.

1796ஆம் ஆண்டு இவர் அம்மைப்பால் செலுத்தினால் அம்மை வராது எனக் கண்டறிந்தார். இவ்வாறு அம்மைப் பாலைக் கையாண்டு இந்தியாவிலும், சீனாவிலும் மருந்து தயாரித்தனர். இதையே ஜென்னரும் பின்பற்றினார். இவர் 23 பேரைப் பரிசோதனை செய்து தமது முடிவுகளை 1798ஆம் ஆண்டு ஒரு நூலாக வெளியிட்டார். ஆனால், இவரது எதிரிகள் பசுவின் உடலிலிருந்து பெறப்படும் அம்மைப்பால் மனிதர்களுக்கு ஒத்துவராது எனக் கூறினர். இதனால் ஜென்னர் சோதனையைத் தன் மகனிடமே செய்து வெற்றி கண்டார். ஆக்ஸ்போர்டு பல்கலைக்கழகம் இவருக்கு எம்.டி. பட்டமும், பிரிட்டிஷ் அரசு 'நைட்ஹீம்' என்ற பட்டமும் அளித்தன. பிரான்ஸின் நெப்போலியன் இவர்மீது பெரும் மரியாதை கொண்டிருந்தார். ரஷ்ய ராணி இவருக்கு வைர மோதிரமும் இருப்புவரை ஓய்வூதியமும் வழங்கினார். 1823ஆம் ஆண்டு தன் நூலகத்தில் படித்துக் கொண்டிருந்தவர் பக்கவாதத்தால் இறந்தார்.

75 தர்மா மீட்டரை உருவாக்கிய விஞ்ஞானி

நமக்குக் காய்ச்சல் ஏற்படும்பொழுது நமது உடலின் உஷ்ண நிலையை அறிய டாக்டர் தெர்மா மீட்டரைக் கொண்டு பரிசோதிப்பதைக் கண்டிருக்கின்றோம். நமது வாயில் தெர்மாமீட்டரை

வைத்து நமது உடலின் உஷ்ண நிலை எவ்வளவு இருக்கின்றது என்பதை அறிந்து அதற்கேற்ப மருந்து கொடுப்பார் மருத்துவர்.

இதற்குப் பயன்படுத்தப்படும் தெர்மா மீட்டரைக் கண்டு பிடித்தவர் பாரன்ஹீட் என்ற அறிஞர் ஆவார்.

தெர்மா மீட்டரின் அளவு அந்த அறிஞரின் ஞாபகமாக அவரது பெயரிலேயே பாரன்ஹீட் என வழங்கப்படுகின்றது.

76. கிராமபோன் உருவாக்கிய அறிஞர்

பல கண்டுபிடிப்புகளை நிகழ்த்திய மகா விஞ்ஞானியான தாமஸ் ஆல்வா எடிசன் என்ற பேரறிஞரே கிராமபோனையும் கண்டறிந்தார்.

அக்காலங்களில் மக்கள் கிராம போன் மூலம்தான் இசையைக் கேட்டு மகிழ்ந்தனர்.

எடிசன் தந்திக்கருவியைப் பரிசீலனை செய்து கொண்டிருந்தார். அவர் மோர்ஸ் குறியீட்டை ஒரு தாளில் கல்வெட்டுபோல் பதித்து அத்தாளை ஒரு கனமான உருளையில் ஒட்டினார். இதன் பள்ளமான குறியீட்டுப் பகுதியைத் தொட்டுள்ளவாறு ஒரு ஊசி முனையை அமைத்தார். குழலை வேகமாகச் சுழற்றினார். அப்போது ஊசிமுனை அதிர்ந்து ரீங்கார ஒலி எழுந்தது. தீவிரமாக அதிரும் ஊசியின் உராய்வே இதற்குக் காரணம் என அறிந்தார்.

பின் இதுகுறித்த ஆராய்ச்சியில் தீவிரமாக ஈடுபட்டு கிராம போன் பெட்டியை அமைத்தார். அவரே விற்பனையும் செய்தார். பின்னர் சுழலும் உருளையில் பல மாற்றங்களைச் செய்து தட்டையான இசைத்தட்டை உருவாக்கினார்.

தட்டையான வட்ட வடிவ மெழுகுத்தட்டில் இசையைப் பதிவு செய்யும் முறையைக் கண்டுபிடித்தார். இதுதான் இன்று நடைமுறையில் இருக்கும் இசைத்தட்டுகளின் அமைப்பு முறையாகும்.

77 இந்திய விஞ்ஞானி சர் ஜெகதீஸ் சந்திரபோஸ்

தனது விஞ்ஞான அறிவின் மூலம் இந்தியாவிற்குப் பெருமையைத் தேடித்தந்த மாபெரும் விஞ்ஞானியான ஜெகதீஸ் சந்திரபோஸ் டெப்டி கலெக்டராகப் பணிபுரிந்த பகவான் சந்திரபோஸ் என்பவருக்கு மகனாக 1858ஆம் ஆண்டு நவம்பர் 30ஆம் நாள் தோன்றினார்.

இவரது தந்தை போஸிற்கு இளம் வயதிலேயே சிறந்த கல்வியையும் ஊக்கத்தையும் தந்து வந்தார். போஸ் கல்கத்தா செயிண்ட் சேவியர் கல்லூரியில் படித்துப் பட்டம் பெற்றார்.

அவரது கல்லூரி ஆசிரியரான லெபாண்ட் பாதிரியாருடைய அறிவாற்றலால் போஸ் கவரப்பட்டார். அவரது அன்பார்ந்த மாணவராக இருந்தார்.

பின்னர் அவர் இங்கிலாந்து சென்று லண்டன் கேம்ப்ரிட்ஜ் பல்கலைக்கழகத்தில் பௌதிகம், இரசாயனம், தாவரம் ஆகிய மூன்றிலும் தேர்ந்து பட்டம் பெற்றார். அங்கு லார்ட்ராலேயிடம் ஊக்கமும் ஆராய்ச்சித்திறனும் பெற்றார். பின்னர் 1885ஆம் ஆண்டு இந்தியா திரும்பினார்.

இந்தியா வந்த போஸ் கல்கத்தா பிரசிடென்சி கல்லூரியில் பௌதிகப் பேராசிரியராகப் பணியாற்றினார். அங்கு பணியாற்றிய போது ஹெர்ட்ஸ் என்பவர் முதன் முதலாகத் தாம் மின்காந்த அலைகளைப் பற்றி ஆராய்ந்து கண்ட உண்மைகளை 1887ஆம் ஆண்டு வெளியிட்டார்.

1895ஆம் ஆண்டு போஸ் முதலில் மின்சார அலை பற்றிய தனது ஆய்வுக் கட்டுரையை வங்காள ஏசியாடிக் சொசைடியின் முன் வெளியிட்டார். அடுத்தாண்டு லிவர்பூலில் பிரிட்டிஷ் அசோசியேஷன் முன்பாக அலைகளின் உண்மையை விளக்கும் கருவியைப் பற்றித் தெரிவித்தார். இவரை தாம்சன் என்ற புகழ்பெற்ற விஞ்ஞானி பாராட்டினார். இவ்வாறு பெரும்

அறிஞராகத் திகழ்ந்த ஜெகதீஸ் சந்திரபோஸ் நமது நாட்டுக் கலை, கலாச்சாரம், வேதாந்தத்தில் பெரும் நாட்டம் உடையவர். நம் நாட்டுச் சித்தர்கள் கடும் தவத்தால் மனதை ஒரு நிலைப்படுத்தி ஆன்ம பலத்தால் கண்டு கூறிய உயிர்த் தத்துவங்களை, உயிர் அடிப்படையைப் பற்றி பெரிதும் ஆராய்ந்தார். அதில் ஒரு பங்கான தாவரங்களுக்கு உயிரும் உணர்ச்சியும் உண்டு என்ற அவர்களது கருத்தை நிரூபித்தார். அவர் மனிதர்களுக்குப் பயன்படும் மயக்க மருந்தைத் தாவரங்களுக்குச் செலுத்தி அவை மயங்குவதையும், சோகம், இன்பம் போன்ற உணர்ச்சிகளை வெளிப்படுத்துவதையும் அறிஞர்களின் முன்னிலையில் நிரூபித்துக் காட்டினார். நாட்டிற்குப் பெருமையைச் சேர்த்தார்.

இத்தகைய பேரறிவும், திறனும் கொண்ட ஜெகதீஸ் சந்திரபோஸ் 1937ஆம் ஆண்டு நவம்பர் மாதம் இம்மண்ணுலக வாழ்க்கையை முடித்துக் கொண்டார்.

78. பேரறிஞர் ஜேம்ஸ் கிளார்க் மாக்ஸ்வெல்

1831ஆம் ஆண்டு நவம்பர் மாதம் 13ஆம் நாள் ஸ்காட்லாந்து நாட்டிலுள்ள எடின்பரோ என்னும் நகரத்தில் பிறந்தவர் ஜேம்ஸ் கிளார்க் மாக்ஸ்வெல் ஆவார்.

இவர் கணிதத்திலும், விஞ்ஞானத்திலும் மேதையாக விளங்கினார். சிறுவயதிலேயே நீள்வட்டம் வரையும் சிறந்த முறையைக் கண்டுபிடித்தார். கணிதம், அறிவியல் போன்றவற்றில் பல சூத்திரங்களையும், கோட்பாடுகளையும் கண்டுபிடித்தார். இவருடைய மின்காந்தப் புலத்தைப் பற்றிய இலங்கியல் (பொருளியக்கம்) என்ற நூல் உலகப் பிரசித்தி பெற்றது.

மாக்ஸ்வெல் தம்முடைய மனத்தினுள்ளே காந்தப்புலத்தின் அமைப்பு ஒன்றை உருவாக்கினார். இதைக் கொண்டு ஆராய்ந்து காந்த சக்திக்கோடு என்பது முடிவு பெற்ற கோடு என்றும் மின்சார சக்திக்கோடும் அவ்வாறே முடிவு பெற்ற கோடு என்றும் மாறும்

காந்தப்புலம் மின்சாரப் புலம் ஒன்றை இயற்றுகிறது என்றும் மற்றும் மின்சாரப்புலம், காந்தப்புலம் ஒன்றை இயற்றுகிறது என்றும் கண்டறிந்தார்.

காந்தப்புலம் மாறும்போது அது கடத்தி ஒன்றில் மின்சார ஓட்டத்தை ஓடச் செய்யும் என்பதை நிரூபித்தார். மாறும் காந்தப்புலம் பெற்ற இடத்திலேயே மின்சாரத்தைத் தோற்றுவிக்கும் எனக் கண்டுபிடித்தார் மாக்ஸ்வெல்.

அவ்வாறே காந்தப்புலத்தில் ஏதேனும் மாறுபாடு ஏற்பட்டால் அதனால் காந்த விளைவு ஏற்படும் என்று மாக்ஸ்வெல் கூறினார்.

மாக்ஸ்வெல் அதற்கு மேலாகச் சில கோட்பாடுகளைக் கூறினார்.

அதன் பின்னர் மாக்ஸ்வெல் பல துறைகள் பற்றியும் ஆய்வுபற்றியும் பல நூல்களை எழுதினார்.

மாக்ஸ்வெல் மிகவும் பொறுமைப் பண்புடையவர். தம்முடைய நண்பர்களிடம் கூடத் தம்முடைய உடல்நிலை பற்றிக் கூறாமல் இருந்தார். அத்தகைய அவர் நோய் அதிகரித்துப் பெரிதும் துன்பப்பட்டார். 1879ஆம் ஆண்டு நவம்பர் மாதம் 5ஆம் நாளன்று காலமானார். ஆனால், அவரது ஆராய்ச்சிகளும் புகழும் இன்றும் உயிர்ப்புடன் உள்ளன.

79 புகழ்பெற்ற விஞ்ஞானி பிரெடெரிக் காட்ரெல்

பிரெடெரிக் பெர்லினில் ஓராண்டு படித்தபின், லைப்சிக் பல்கலைக்கழகத்தில் விஞ்ஞான ஆராய்ச்சி நடத்தி டாக்டர் பட்டம் பெற்றுக் கொண்டு அப்பொழுதுதான் அவர் அமெரிக்கா திரும்பினார். பின்னர் அவர் பயின்ற கலிபோர்னியா பல்கலைக் கழகத்திலேயே அவருக்கு இரசாயனப் பிரிவில் வேலை கிடைத்தது.

அக்காலத்தில் புகைபோக்கி வழியே போய்க் கொண்டிருந்த கழிவுப் பொருள்களை மீட்டுத் தந்தால், பல இளந்தொழில்கள்

இலாபம் அடையலாம் என எண்ணி ஆராய்ந்து, காட்ரேல் என்ற புகையைப் படிய வைக்கும் கருவியைக் கண்டுபிடித்தார்.

இவர் இரண்டாம் போரின்போது விமானங்களுக்கு வேண்டிய ஹீலிய வாயுவைத் தயாரிப்பதில் பெரும் பங்கு வகித்தார். பின் அமெரிக்காவின் தொழில்நுட்ப நிபுணர்களில் ஒருவராகச் சமாதான மாநாட்டில் கலந்து கொண்டார். பின் விவசாயத்துறையில் உரப்பிரிவின் தலைவரானார். நைட்ரஜன் வாயுவை உரங்களில் நுழைத்து நிலை நிறுத்துவதையொட்டிய இரசாயன முறை களிலும் உர உற்பத்தியிலும் மகா மேதையாக விளங்கினார்.

டாக்டர் காட்ரெல் விஞ்ஞானக் கழகத்தின் ஹாலி பதக்கமும், வாஷிங்டன் பரிசும் பெற்றார். தாம் பயின்ற கல்லூரியின் அருகிலேயே வாழ்ந்தார். 1848ஆம் ஆண்டு நவம்பர் மாதம் உறுப்பினர் என்ற முறையில் விஞ்ஞானக் கழகக் கூட்டமொன்றில் கலந்து கொள்ளச் சென்றபோது அக்கழகத்தின் அறையிலேயே மரணமடைந்தார்.

80 இந்தியாவிற்குப் பெருமை சேர்த்த பொறியியலாளர் விசுவேசுவரய்யா

விசுவேசுவரய்யா கோலார் மாவட்டத்தில் சிக் பள்ளாப்பூர் என்ற கிராமத்தில் பிறந்தார். கிராமத்திலேயே தொடக்கக் கல்வி பயின்றார். சென்னைப் பிரசிடென்சி கல்லூரியில் உயர்கல்வி பயின்றார். பின்னர் புனாவில் பொறியியல் பயின்றார்.

அப்போது இந்தியாவில் பிரிட்டிஷ் ஆட்சி நடைபெற்றது. அரசு அவரைப் பம்பாயில் தலைமைப் பொறியாளராக நியமித்தது. இப்பணியில் 15 ஆண்டுகள் இருந்தார் அவர். சிந்து மாநிலத்தில் முதன் முதலாக இந்தியாவில் பாதாளச் சாக்கடைத் திட்டத்தை நடைமுறைப்படுத்தியவர் ஆவார்.

புனாவில் ஏற்படும் வெள்ளத்தைத் தடுக்க ‘ஆட்டோமாடிக் ஃபிளக்கேட்’ என்ற தானியங்கி இயந்திரத்தை அமைத்தார். ஹைதராபாத்துக்கு அருகே நதியின் வெள்ளத்தைத் தடுக்கப் புதுமையான அமைப்பை ஏற்படுத்தினார்.

முற்றிலும் நவீனமான பாதாளச் சாக்கடைமுறை ஒன்றையும் நிறைவேற்றினார்.

பின்னாளில் மைசூர் ராஜயத்தின் திவானாகப் பதவி வகித்தார் விசுவேசுவரய்யா.

இவர் பதவி காலத்திலேயே பத்ராவதி இரும்புத் தொழிற் சாலை அமைக்கப்பட்டது.

விசுவேசுவரய்யா இந்தியாவிலேயே முதன் முறையாகத் துப்புறவுச் சாலைகளை அமைத்தார்.

இவரால் மைசூர் பல்கலைக் கழகம் அமைக்கப்பட்டது. நவீனமயமான சுகாதார வசதிகள் ஏற்படுத்தப்பட்டன.

விசுவேசுவரய்யா ஐந்துமுறை மேல்நாடுகளுக்குச் சென்று திரும்பியுள்ளார். ஒவ்வொரு முறையும் திரும்பும்போது அந்த நாடுகளில் உள்ள தொழில்நுட்ப அமைப்புகளின் நுணுக்கங்களைக் கண்டு வந்து இந்தியாவிலும் பல தொழில் மாற்றங்களை மேற் கொண்டார்.

நூற்றாண்டு காலம் முழுவாழ்வு வாழ்ந்த அவர் நமது நாட்டு மக்களைப் பற்றிக் கூறிய சொற்கள்தான் கீழ்க்கண்டவை.

''நமது நாட்டில் திறமைசாலிகளுக்குப் பஞ்சமே இல்லை. ஆனால், பெரும்பான்மையினர் சோம்பேறிகளாக உள்ளனர்.''

இதுவே அவரது உன்னத மொழிகள்.

81 விமானங்களைக் காத்த வல்லுனர்

தற்காலத்தில் விமானங்களின் பயன் மிகவும் முக்கியமானதாக இருக்கின்றது. இதில் பல பயணிகள் பயணம் செய்வதால் இதைப் பாதுகாக்க வேண்டியது மிகவும் அவசியமாகின்றது.

இடியின் தாக்குதல் காரணமாகச் சில சமயம் விமானங்கள் ஆகாயத்திலேயே உடைந்து சிதறிவிடும். இத்தகைய பரிதாப

நிலையை மாற்ற நினைத்தார், ராபர்ட் வாட்சன். இடி என்பது மின்சாரம் தொடர்புடைய ஒரு நிகழ்ச்சி. ஆகவே, ஒரு கருவியின் மூலம் கம்பியில்லாத் தந்தி மூலம் இடி தோன்றுவதை முன்னதாகவே விமானியால் அறிய முடியும் என்ற உண்மையைக் கண்டறிந்தார்.

1919ஆம் ஆண்டு ராபர்ட் வாட்சன் வாட் விமானிகள் காதில் மாட்டிக் கொள்ளக் கூடிய மின்கருவி ஒன்றைக் கண்டுபிடித்தார்.

அந்தக் கருவியின்மூலம் 4,500 மைலுக்கு அப்பால் இடியைத் தோற்றுவிக்கும் மேகம் உருவாவதை விமானி முன்னதாகவே தெரிந்து கொள்ளலாம்.

இக்கருவியினால் இடியினால் விமானங்கள் விபத்துக் குள்ளாவதே முற்றிலும் தடுக்கப்பட்டது.

82 ரோல்ஸ் ராய்ஸ் சொகுசுக் காரைத் தயாரித்தவர்கள்

சுகமான சொகுசுப் பயணம் என்றாலே மக்கள் நினைவிற்கு வருவது 'ரோல்ஸ் ராய்ஸ்' என்ற சொகுசுக் கார்தான். இந்தக் காரில் ஒரு முறையாவது பயணம் செய்தால்தான் உலகில் உள்ள அனைத்து இன்பங்களையும் அனுபவித்தவன் என்ற முழுமை பெறலாம்.

'ரோல்ஸ் ராய்ஸ்' என்ற பெயரை வைப்பதற்குப் பலவகைப் பொருட்களைத் தயாரிக்கும் நிறுவனங்களும் போட்டியிட்டன.

குவீன்ஸ்லாந்து அரசு பொதுக் கடன் பத்திரங்களை வெளியிட்டபோது கீழ்கண்டவாறு விளம்பரம் செய்தது. ''எங்கள் கடன் பத்திரத்தை வாங்குங்கள். ''ரோல்ஸ் ராய்லின்'' பெருமையும் சிறப்பும் இதற்குண்டு.'' 1904ஆம் ஆண்டு பாரீஸில் கண்காட்சியில் ''ரோல்ஸ் ராய்ஸ்'' காரைக் கண்டு ''டைம்ஸ்'' பத்திரிகையின் ஆசிரியர் பின்வருமாறு எழுதினார்.

''இந்த மோட்டார் போகும்போது உள்ளே என்ஜின் ஓசை துளிகூடக் கேட்டதில்லை. நாம் அதில் பயணம் செய்கிறோமா என்று உணர முடியாதபடி அவ்வளவு சுகமாகப் பிரயாணம் அமைந்திருந்தது. தெருவில் நடக்கும் மனிதன் தனக்கு மிக அருகே ஒரு கார் வருகிறது என்று உணர முடியாதபடி இது ஓசையின்றி ஓடுகிறது. சுருங்கச் சொன்னால் ராய்ஸ் காரில் ஒரு தடவையாவது பிரயாணம் செய்தவன்தான் உலகத்தின் சுகங்களை முழுமையாக அனுபவித்தவன் என்று கூறலாம்.''

27.3.1836ஆம் ஆண்டு நார்த்தாம்ப்டன்ஷையரிலுள்ள அல்லல் டன் என்ற கிராமத்தில் பிறந்தவர் ராய்ஸ்.

ஏழைக் குடும்பத்தில் பிறந்த ராய்ஸ். இரண்டு ஆண்டுகள்தான் பள்ளியில் படித்தார். பத்தாவது வயதில் அவர் தந்தை இறந்ததால் பத்திரிகை விற்றுப் பிழைத்தார். பின்பு ரயில் பட்டறையில் தொழில் பயிலச் சேர்ந்தார். பின்னர் லண்டன் சென்று மின்விசை நிறுவனத்தில் பணியில் சேர்ந்தார். பின்பு அங்கு மாலையில் கல்வி பயின்று மின்விசைத்துறை நிபுணரானார்.

1884ஆம் ஆண்டு ராய்ஸ் தனது நண்பனுடன் சேர்ந்து ராய்ஸ் அண்டு கம்பெனி என்ற தொழிற்சாலையை மான்செஸ்டரில் நிறுவினார். அவர் அப்போது கார்கள் தயாரிக்கவில்லை. ஆனால், அப்போதைய கார்களின் 'கடபுடா' சத்தம் அவருக்கு எரிச்சல் தந்தது. எனவே, தனக்குச் சொந்தமாக ஒரு சொகுசுக் காரைத் தயாரித்தார் ராய்ஸ். அது மிகவும் சொகுசாகவும், அமைதியாகவும் இயங்கியது பார்ப்பதற்கும் அழகாக இருந்தது. ஆனால், அதன் செலவைக் கண்டு அனைவரும் வியந்தனர்.

லண்டனில் சார்லஸ் ஸ்டுவர்ட் ரோல்ஸ் என்ற கார்கள் விற்கும் தொழிலதிபர் 1804ஆம் ஆண்டு ராய்சை சந்தித்து, ''ரோல்ஸ் ராய்ஸ்'' என்ற பெயரில் தொழிற்சாலையை டெர்பியில் நிறுவினர். 1906ஆம் ஆண்டே வெளிவந்த ''சில்வர் கோஸ்ட்'' காரைப் பலரும் புகழ்ந்தனர். 1910ஆம் ஆண்டு ரோல் விமான விபத்தில் இறந்ததால் ராய்ஸ் பெரும் கவலை அடைந்தார். அவர் தனது ஊழியர்களிடம் கண்டிப்புடையவர். கடுமையான உழைப்பாளி. அவரது காரை

அவர் ஒப்புக்கொண்ட டிரைவர் மட்டும்தான் ஓட்ட வேண்டும். ராய்ஸ் தனது காரைப்பற்றிப் பின்வருமாறு கூறுகின்றார். "ரோல்ஸ் ராய்ஸ்" வண்டியில் ஸ்டியரிங் பிடித்து வண்டியைச் செலுத்த உட்காரும் யாரும், உலகிலேயே மிக உயர்ந்த ஒரு வாகனத்தைச் செலுத்தப் போகின்றோம் என்ற மனநிலையைப் பெற வேண்டும் என்கிறார்.

 83. உலகம் போற்றும் விஞ்ஞானி நிகோலஸ் டெஸ்லா

பால்கன் நாட்டில் டரல்மேஷியா என்ற ஊரில் பிறந்தவர் நிகோலஸ் டெஸ்லா. பெரியவரானதும் அமெரிக்கா ஐக்கிய நாடுகளுக்குச் சென்று குடியேறினார்.

"டெஸ்லா காயில்" என்ற பெயர் பெற்ற வானொலிப் பெட்டியைக் கண்டுபிடித்தவர் இவரே. மின்விசைத் துறையில் பல ஆய்வுகளை நடத்தியுள்ளார்.

எதிர்காலத்தில் மின்விசை விஞ்ஞானிகளின் கண்டுபிடிப்பு களால் மக்கள் வியக்கத்தக்க நன்மைகளைப் பெறுவார்கள் என்பது இவரது கருத்து.

1898ஆம் ஆண்டு அட்லாண்டிக் கடற்கரையில் அறிஞர்கள் மற்றும் பொதுமக்கள் முன்னிலையில் ரேடியோ அலைகளைக் கொண்டு கடலில் ஒரு போட்டை இயக்கிக் காட்டிச் சாதனை படைத்தார். அவரது ஆராய்ச்சியில் பொறாமை கொண்டவர்கள் சோதனைச் சாலையை எரித்தனர். டெஸ்லா மனம் தளராமல், "அவர்கள் சோதனைச் சாலையைதான் எரித்தார்கள். என் மூளையை எரித்துவிடவில்லையே!" என்றார்.

இவர் மேலும் பல விஞ்ஞான சாதனைகளைச் செய்தார். ரேடியோ விசையால் இயங்கும் ஆகாய விமானம் ஹெலி காப்டர்களைக் கண்டுபிடித்தார்.

அவருடைய ஆராய்ச்சியில் மிகவும் பெருமையுடையது ரேடியோ அலைமூலம் உலகத்தின் எந்தப் பாகத்திற்கும் செய்தியும், புகைப்படமும் அனுப்பலாம். ''இதனால் பத்திரிகைத் துறையினர்க்குப் பெரிய அனுகூலம் உண்டு'' என நிகோலஸ் டெஸ்லா கூறினார்.

பொறாமையாலும், போட்டியாலும் டெஸ்லா பல தொல்லைகளை அனுபவித்து வந்தார். எனவே, தனது கண்டுபிடிப்புகளுக்கான குறிப்புகளை எழுதச் சங்கேதக் குறியீட்டை உபயோகித்தார். முக்கியமானவற்றை மனப்பாடம் செய்து கொண்டார்.

பலவிதமான ராக்கெட் விமானங்கள் தயாரிப்பது பற்றிப் பல தகவல்களைக் கண்டுபிடித்து வைத்திருந்தார்.

மேலும் புதுமுறையில் இயங்கும் இடிதாங்கிகள், வான வெளிக் கப்பலின் மாதிரிகள், அறைகளைக் குளிர்பதனம் செய்வதற்கான முறைகள் ஆகியவை டெஸ்லாவின் சாதனையாகும்.

டெஸ்லா, ''என்னை யாருமே சரியாகப் பயன்படுத்திக் கெள்ளவில்லை!'' என்று மிகவும் வருத்தப்பட்டு அவரது நாட்குறிப்பில் வேதனையோடு எழுதி வைத்திருந்தார்.

டெஸ்லா இன்று இல்லை என்றாலும், இன்றைய பல விஞ்ஞான சாதனைகள் அவரது ஆராய்ச்சியின் அடிப்படையே ஆகும்.

84 கணிதவியல் முன்னோடி யூக்லிட்

'இளம் பருவத்தில் இப்புத்தகத்தைப் படித்து அதனால் புத்துணர்வு பெற முடியாதவர்கள், பிற்காலத்தில் சிறந்த சிந்தனையாளராக ஆக முடியாது' என்று உலகப் புகழ்பெற்ற விஞ்ஞானி ஆல்பர்ட் ஐன்ஸ்டீன் சொல்லியிருக்கின்றார்.

அவர் கூறுகின்ற அச்சிறப்பு மிக்க நூலை எழுதியவர் கிறிஸ்து பிறப்பதற்கு முந்நூறு ஆண்டுகள் முன்வாழ்ந்த யூக்லிட் என்ற

கிரேக்க அறிஞர் ஆவார். அவரது நூல் இன்றும் மாணவர் களால் பயிலப்படுகின்றது. இதன் முதல் ஆங்கிலப்பதிப்பு 1570ஆம் ஆண்டு வெளிவந்தது.

யூக்லிட் ஒரு ஞானியாகவும், மேதையாகவும் விளங்கினார். இவர் எகிப்து நாட்டிலுள்ள அலெக்சாந்திரியா நகரில் அரசிளங் குமாரர்களுக்காக நடத்தப்பட்ட கல்விச் சாலையில் சிறிது காலம் கணித ஆசிரியராக இருந்தார்.

வடிவியல் துறையின் தந்தை என்றே இவரைக் கூறலாம். வடிவியலைக் குறித்து ஆராய்ந்து பதின்மூன்று நூல்களை வெளி யிட்டுள்ளார். இத்துறையில் வெளிவந்த பல நூல்களின் சாரத் தையும் புதிய கண்ணோட்டத்தையும் அந்நூல் கொண்டிருந்தது.

எகிப்து நாட்டின் செழிப்பு நைல் நதியை நம்பியே இருந்தது. ஆனால், அடிக்கடி அதில் ஏற்படும் வெள்ளத்தால் வயல்களின் வரப்புகள் அழிந்து மீண்டும் அளக்க வேண்டியிருந்தது. இதைத் தடுக்க 3:4:5 என்னும் விகிதத்தில் செங்கோண முக்கோணங்கள் இக்கயிற்றின்மூலம் நிலத்தில் வரையப்பட்டுக் கணிக்கப்பட்டது.

இக்கயிற்று முக்கோணங்கள் கடற்பயணத்திலும் வானவியல் ஆய்விலும், பிரமிடுகள் கட்டுவதற்கும் பயன்பட்டன.

பழங்காலத்திய மாபெரும் மேதைகளான தேல்ஸ், பிதாகரஸ், பிளேட்டோ போன்றவர்களின் கருத்துக்களைத் தொகுத்தும் தனது சிந்தனையைச் சேர்த்தும் பல புதிய விதிமுறைகளை உண்டாக்கி உலக மக்களுக்குப் பல நன்மைகளைக் கூறியுள்ளார். இவரது கணிதவியல் குறிப்புகளைக் கொண்டு இன்றளவும் அறிவியல் முன்னேறிக் கொண்டேயிருக்கின்றது.

இவர் எழுதிய அந்த அற்புத நூலின் பெயர் 'எலிமெண்ட்ஸ்' என்பதாகும். இதற்கு மூல தத்துவங்கள் என்று அர்த்தம்.

மேலும் யூக்லிட் புகழ்பெற்ற கணித முறையான பெரும் பயனைக் கொண்ட ஜியோமிதியைக் கண்டறிந்த பெருமைக் குரியவர்.

'கிரேக்கத்தில் இம்முறைக்கு 'ஜியோமெட்ரி' என்று பெயர். இதற்கு நிலத்தை அளத்தல் என்று பெயர்.

இவ்வாறு பல சாதனைகளைப் புரிந்த கணித மாமேதை யூக்லிட்டின் செயல் பாராட்டிற்குரியதாகும்.

85 வாகனங்களை மேம்படுத்திய அறிஞர்

அக்காலத்தில் வாகனங்களில் செல்வது கடினமான ஒன்றாக இருந்தது. ஏனெனில், சரியான சாலைகள் இல்லாததும் வாகனத்தின் சக்கரங்களின் தன்மையுமே காரணமாகும்.

எனவே, வண்டிகள் சாலையில் செல்லும்போது அதிர்வுகள், குலுங்கல்கள் இல்லாமல் இருக்கும் விதத்தில் அதைச் சீர்திருத்தும் பணியில் இறங்கினர்.

வண்டிச்சக்கரங்களுக்குக் கெட்டியான ரப்பர் பட்டையைப் பொருத்தினார்கள். ஆனால், அதுவும் ஒத்து வரவில்லை.

பின்பு 1888ஆம் ஆண்டு பிரிட்டிஷ் கால்நடை மருத்துவரான ஜான்பாய்டு டன்லப் என்பவர் சக்கரங்களுக்குக் காற்றடைத்த குழாய்ப்பட்டைகள் பொருத்தினார்.

குழாய்ப்பட்டைகளில் அடைக்கப்பட்டிருந்த வண்டிகள் சாலையில் செல்லும்போது அதிர்ச்சி ஏற்படாமல் இருந்தது.

நாளடைவில் முற்றிலும் உலோகங்களால் சக்கரங்கள் செய்யப்பட்டன. காற்றடைத்த ரப்பர் பட்டைகளை வசதியாகப் பொருத்தும் முறையிலும் அமைத்தார்கள்.

இவையே இன்றைய ரப்பர் டியூப்பும், டயரும் அடங்கிய அமைப்பின் முன்னோடியாகும்.

வாகனங்களின் அமைப்பும் இயக்கமும் மற்றும் சாலைகளும் புதுமையாக மாற்றி அமைக்கப்பட்ட காரணத்தால் இக்காலத்தில் பிரயாணம் செய்வது சுகமாக இருக்கின்றது.

86 காந்த மின்சாரத்தைக் கண்ட மைக்கேல் ஃபாரடே

1781ஆம் ஆண்டு செப்டம்பர் மாதம் 22ஆம் தேதி லண்டன் நகரின் புறநகர்ப் பகுதியில் பிறந்தவர் மைக்கேல் ஃபாரடே. காந்தத்தை மின்சாரமாக மாற்றுவது குறித்து உலகிற்கு விளக்கியவர் இவரே.

ஏழ்மையான குடும்பத்தில் பிறந்த ஃபாரடே படிப்பை நிறுத்திவிட்டுப் புத்தகக் கடைக்குப் பணியாற்றச் சென்றார். அங்கே பல விஞ்ஞான நூல்களைப் பயின்றார்.

பாரடே தமக்கிருக்கும் அரைகுறை விஞ்ஞான அறிவைக் குறிப்பிட்டுத் தனக்கு ஏதாவது வேலை தர முடியுமா என்று அக்காலத்தில் பிரபலமாக இருந்த ஹம்ரி டேவிக்குக் கடிதம் எழுதினார். அவரது அறிவை அறிந்த டேவி தனது எடுபிடியாக வைத்துக் கொண்டார்.

டேவியும் அவரது மனைவியும் உலகச் சுற்றுப்பயணம் சென்றபோது ஃபாரடேவும் சென்றார். பல அறிவியல் வல்லுநர்களின் பழக்கம் கிடைத்தது.

சுற்றுப் பயணத்தை முடித்துக் கொண்டு திரும்பிய ஃபாரடே வுக்கு டேவியுடன் ஆராய்ச்சி செய்யும் வாய்ப்புக் கிடைத்தது.

1821ஆம் ஆண்டு கிறிஸ்துமஸ் தினத்தன்று ஃபாரடே தனது கண்டுபிடிப்பான மின்சார மோட்டாரை உலகிற்கு அறிமுகம் செய்தார்.

சின்ன மோட்டார் முதல் பிரம்மாண்டமான ரயில் என்ஜின்களில் உள்ள மோட்டார் வரை இவரது மோட்டாரை அடிப்படையாகக் கொண்டதே. மேலும் பெரிய இயந்திரங்களை இயக்கப் பயன்படும் மோட்டார்களிலும் இவரது மோட்டாரே அடிப்படையாக இருந்தது.

1831ஆம் ஆண்டு நவம்பர் மாதம் பாரடே தமது மற்றொரு கண்டுபிடிப்பான காந்தத்தை மின்சாரமாக மாற்றும் முறையினை அறிவியல் அறிஞர்கள் முன் அறிமுகப்படுத்தினார்.

இந்த மின்சாரம் காரணமாகத்தான் இன்று மின்விசையைக் கொண்டு பல சாதனங்கள் கையாளப்பட்டு வருகின்றன.

இத்தகைய பல அரிய அறிவியல் கண்டுபிடிப்புகளை நிகழ்த்திய மைக்கேல் ஃபாரடே 1867ஆம் ஆண்டு ஆகஸ்ட் மாதம் 26ஆம் தேதி மறைந்தார்.

87. கனவு நாயகனான விஞ்ஞானி

அப்துல்கலாம் தமிழ்நாட்டில் உள்ள ராமேஸ்வரம் தீவில் ஜைனுலாதீன் - ஆஷியம்மா என்ற பெற்றோருக்கு மகனாகப் பிறந்தார். இந்து, முஸ்லிம்கள், கிறிஸ்தவர்கள் என அனைவரும் ஒற்றுமையுடன் இருந்த ஊர் அது. எனவே, கலாமின் மனதிலும் ஒற்றுமை உணர்வு மேலோங்கி இருந்தது.

அப்துல்கலாம் தன்னைவிட 15 வயது மூத்த ஜலாலுதீனுடன் நட்புக் கொண்டிருந்தார். அவருடன் சேர்ந்து ரயில் நிலையத்திலிருந்து செய்தித்தாள் கட்டுகளை எடுத்து வருவார். கலாமின் வீட்டிற்கு அருகில் இருந்த மாணிக்கம் என்பவர் ஒரு நூலகம் வைத்திருந்தார். அப்துல் கலாம் அங்கே தனது அறிவைப் பெருக்கினார். அவர் ராமேஸ்வரத்திலேயே பள்ளிப் படிப்பை முடித்தார். புளியங்கொட்டைகளை விற்றுக் காசு சேர்ப்பார்.

பின்னர் கலாம் உயர்நிலைப் படிப்பை இராமநாதபுரத்தில் முடித்தார். 1947ஆம் ஆண்டு ஆகஸ்ட் 15ஆம் நாள் வந்தது அன்று பத்திரிகையில் நேரு மூவர்ணக்கொடியை ஏற்றும் காட்சியையும், காந்தி கல்கத்தா கலவரப்பகுதியில் வெறுங்காலில் நடக்கும் காட்சியையும் புகைப்படமாகக் கண்டார். ஒவ்வொரு இந்தியனும் தாய்நாட்டிற்காக இவர்களைப்போல உழைக்க வேண்டும் என உறுதி செய்து கொண்டார்.

பின்னர் எம்.ஐ.டி. தொழில்நுட்பக் கல்லூரிக்கு விண்ணப் பித்துத் தேர்வும் செய்யப்பட்டார். ஆனால், அங்கு படிக்க ஆயிரம் ரூபாய்க்கு மேல் தேவைப்பட்டது. அதற்கு கலாமின் சகோதரி ஜோஹாரா தனது சகோதரனிடம் கொண்ட நம்பிக்கையால் தனது நகைகளை அடமானம் வைத்துப் பணத்தைக் கொடுத்து உதவினார்.

எம்.ஐ.டி.யில் கலாம் பயின்றபோது கலாமும் அவரது நண்பர்கள் நால்வரும் இணைந்து தாழ்வாகப் பறந்து தாக்கும் ஏவுகணையைத் தயாரிக்க முடிவு செய்தனர். ஏரோடைமிக்ஸ் வரையும் பொறுப்பைக் கலாம் எடுத்துக் கொண்டார். ஆனால், அதில் தாமதம் ஏற்பட்டது. அவரது வடிவமைப்பு ஆசிரியராக இருந்த எம்.ஐ.டியின் இயக்குநர் ஸ்ரீனிவாசன் அவருக்கு மூன்று நாள் மட்டுமே அவகாசம் கொடுத்தார். கலாம் தனது வேலையை இரவும் பகலுமாக உழைத்து அவரது பாராட்டைப் பெற்றார்.

ஒருமுறை தும்பா ஏவுதளத்தில் ஏற்பட்ட ஒரு வெடி விபத்திலிருந்து கலாமை அவரது நண்பர் சுதாகர் காப்பாற்றினார். பின்பு கலாம் வேலை தேடித் தில்லி சென்றார். தொழிற்சாலையில் பணிபுரிந்தார். பின் அமெரிக்க நாஸா ஆய்வுக் கழகத்தில் பயிற்சிக்குச் சென்றார்.

பின்னர் ரோகிணி சவுண்டிக் ராக்கெட்டை வெற்றிகரமாக விண்ணில் செலுத்தினார். இந்திய ராக்கெட் சொசைட்டியை ஏற்படுத்தினார். எஸ்.எல்.வி. 111 என்ற ஏவுகணையை அமைத்தார். பின்னர் 'திரிசூல்', 'அக்னி' என்ற ஏவுகணைகளைச் செலுத்தினார். இவரைப் பாராட்டி இந்திய அரசு 'பத்ம விபூஷண்' மற்றும் 'பாரத ரத்னா' விருதுகளை வழங்கிச் சிறப்பித்தது.

பின்னர் இந்தியாவிற்கு மாபெரும் பெருமையையும், பலத்தையும் சேர்த்த அணுகுண்டுச் சோதனையை பொக்ரானில் நிகழ்த்திக் காட்டினார்.

அப்துல் கலாம் காபினெட் அமைச்சராகவும், இந்தியக் குடியரசுத் தலைவராகவும் பதவி வகித்தார். இந்தியா 2020 என்ற அற்புத நூலை வெளியிட்டார்.

இவ்வளவு அரும் பணியை ஆற்றிய அப்துல் கலாம் இன்றும் தனது அரும்பணியையும், சேவையையும் மனம் தளராது ஆற்றி வருகிறார்.

88 அணு விஞ்ஞானி ஹோமி ஜஹாங்கீர் பாபா

பாபாவின் தந்தை டாடா நிறுவனத்தின் வழக்கறிஞராக இருந்தார். இதனால் பாபா சிறுவயதிலிருந்து செல்வச் செழிப்பில் வாழ்ந்தார். பாபா கெத்ட்ரல் - ஜான்கேனன் உயர்நிலைப் பள்ளியில் பயின்றார். அவர் ஓவியம், மற்றும் அறிவியலில் ஆர்வமாக இருந்ததால் அவருக்காக ஒரு நூலகமே அமைத்தனர்.

தனது தந்தையின் விருப்பத்திற்கேற்ப பாபா பொறியியல் பயின்று பட்டம் பெற்றார். மேலும் லண்டன் சென்று கேம்பிரிட்ஜ் பல்கலைக் கழகத்தில் சேர்ந்தார்.

புகழ்பெற்ற விஞ்ஞானிகளுடன் சேர்ந்து ஆய்வு செய்தார். 1934ஆம் ஆண்டு டாக்டர் பட்டம் பெற்றார். கேம்ரிட்ஜ் பல்கலைக் கழகத்தில் பௌதிகப் பேராசிரியராகப் பணியாற்றினார். பின்பு மேலைநாடுகளைப் போன்று இந்தியாவையும் முன்னேற்ற நினைத்து இந்தியா திரும்பினார். இந்திய அறிவியல் கழகத்தில் இயற்பியல் பேராசிரியராகப் பணியாற்றினார்.

கொலம்பியா, எடின்பர்க், கேம்பிரிட்ஜ், வான்கூவர் போன்ற பல்கலைக்கழகங்கள் பாபாவைச் சொற்பொழிவாற்ற அழைத்தன. 1941இல் லண்டன் ராயல் சொசைட்டி கௌரவ உறுப்பினராகச் சேர்த்துப் பாராட்டியது. 1949ல் டாட்டா அறிவியல் ஆய்வு மையத்தின் (Tata Institute of Fundamental Research) இயக்குநராகப் பணியாற்றினார்.

பின்னர் நேருவுடன் கலந்து பேசி அணுசக்தியை உபயோகித்து மக்களின் நன்மைக்காக என்ன என்ன செய்ய முடியுமோ அதைச் செய்ய அறிவியல் அறிஞர்களுக்கு வேண்டிய எல்லாவித

உதவிகளையும் செய்ய இந்திய அரசாங்கம் முன்வர வேண்டும் என்ற தீர்மானத்தை இந்தியப் பாராளுமன்றத்தில் நிறைவேற்றினார்.

1948இல் இந்திய அரசாங்கம் அணுசக்தி ஆய்வுக் குழுவிற்கு பாபாவைத் தலைவராக்கியது. 1950லேயே இந்தியாவில் அணு சக்திக்கான யுரேனியம், தோரியம் கிடைக்கின்றன எனக் கண்டுபிடித்தனர்.

அமெரிக்கா, ரஷ்ய, இங்கிலாந்து, பிரான்ஸ் ஆகிய நாடுகளில் புளுட்டோனியம் ஆராய்ச்சிக் கூடம் இருந்தது. அதுபோல் இந்தியாவில் அமைக்க நேருவிடம் பேசி உலகின் ஐந்தாவது புளுட்டோனியம் அணுசக்தி நிலையத்தை டிராம்பேயில் ஏற்படுத்தினார்.

1954ஆம் ஆண்டு இவருக்குப் பத்மபூஷண் விருது அளிக்கப் பட்டது. இந்தியாவின் முதல் அணுசக்தி நிலையம் தாராப்பூரில் அமெரிக்க உதவியுடனும், இரண்டாவதாகக் கனடா உதவியுடன் 1962இல் ராஜஸ்தானிலும் ஆரம்பிக்கப்பட்டன.

முழுக்க இந்திய விஞ்ஞானிகளால் மூன்றாவதாக அணுமின் நிலையம் சென்னைக் கல்பாக்கத்தில் நிறுவப்பட்டது.

பாபாவின் சாதனைகளையும், உழைப்பையும், பேராற்ற லையும் கண்டவர்கள் அவரை மந்திரி பதவியை ஏற்க அழைத்தனர். ஆனால், சுயநலமின்றி அதை அவர் மறுத்தார். இவர் முதன் முதலாக இராஜஸ்தானின் பஃரைவில் அணுகுண்டுச் சோதனை செய்து இந்தியாவைத் தலைநிமிரச் செய்தார்.

இத்தகைய பல அருஞ்செயல்களைச் செய்து இந்தியாவில் அறிவியல் புரட்சியை ஏற்படுத்திய பாபா ஒரு விமான விபத்தில் பலியானார்.

89

ஹம்ப்ரி டேவி

கி.பி. 1778ஆம் ஆண்டு டிசம்பர் மாதத்தில் இங்கிலாந்து நாட்டின் கடற்கரைப் பட்டினமாகிய பென்ஸர்ன்ஸ் என்ற ஊரில் பிறந்தவர் டேவி. இவரது தந்தை மரவேலை செய்பவர். மருத்துவரிடம் சிறு சிறு வேலைகளைத் தாமாகச் செய்தார் டேவி மருத்துவர் இரசாயனக் கலவை செய்வது குறித்து டேவிக்குக் கற்பித்தார். டேவியின் தந்தை இறந்ததால் அவர் படிப்பைவிட்டு இவரிடம் வேலை செய்தார்.

பின்னாளில் டேவி மின்சார இரசாயன இயல் எனப்படும் அறிவியல் துறையில் பல ஆராய்ச்சிகளை நிகழ்த்தினார். இது இன்று பெருமளவு வளர்ந்துள்ளது.

மருந்துக்கடைக்காரரின் நூல் நிலையத்திலிருந்து பல நூல் களைப் பயின்றார் டேவி. அப்போது டேவி ஜேம்ஸ் வாட் என்ற புகழ்பெற்ற விஞ்ஞானியின் மகனுடன் பழகி அவர்மூலம் கில்பர்ட் என்பவருக்கு அறிமுகமானார். கில்பர்ட் இவரை வாயுஇயல் சங்கத்தின் நிறுவனருக்கு அறிமுகம் செய்தார். அதன் தலைமைப் பொறுப்பை ஏற்றார்.

கி.பி. 1780இல் டேவி நைட்ரேட் ஆக்சைடு என்ற வாயுவைக் கண்டறிந்து அதன் மருத்துவப் பயனை வெளியிட்டார். இவருக்கு கப்ளே பதக்கம் வழங்கப்பட்டது.

ராம்பர்ட் பிரபு என்ற அமெரிக்கர் லண்டனில் 'ராயல் நிறுவனம்' என்ற அமைப்பை நிறுவி அதில் விரிவுரையாற்ற டேவியை அழைத்தார். டேவி மின்சார- இரசாயன முறையில் பல கண்டுபிடிப்புகளை நிகழ்த்தினார். நெப்போலியன் இவருக்குப் பதக்கம் அளித்துப் பாராட்டினார்.

1809ஆம் ஆண்டு டேவி ஆர்க் லேம்ப் என்ற மின்விளக்கை ராயல் நிறுவனத்தில் செயல்படுத்திக் காண்பித்தார்.

நிலக்கரிச் சுரங்கங்களில் 'பயர் டாம்ப்' என்ற வாயுவால் ஏற்படும் விபத்துகளைத் தடுக்க வழிகண்டார்.

1812இல் மைக்கெல் ஃபாரடே டேவியிடம் உதவியாகச் சேர்ந்தார். இவர் பிற்காலத்தில் பெரும் விஞ்ஞானியானார்.

1813இல் டேவி ஒரு விதவையை மணந்தார். தன் மனைவி, ஃபாரடேவுடன் சுற்றுப் பயணம் சென்றார். வைரம் சுத்தமான கரி என்பதையும் கண்டுபிடித்தார். குளோரின் ஒரு தனிமம் என்று பெர்ஸிலிஸ் என்பவரிடம் வாதிட்டு நிரூபித்தார். 1819ல் இங்கிலாந்து திரும்பினார்.

1815ஆம் ஆண்டு சுரங்கத் தொழிலுக்காக (Safety lamp) 'டேவியின் காப்பு விளக்கு' என்ற விளக்கைக் கண்டுபிடித்துப் பிரபலமானார்.

1826ஆம் ஆண்டு தனது 48ஆம் வயதில் ஜெனிவாவில் டேவி இறந்தார். இவரை மின்சார இரசாயனத்தின் தந்தை என இன்றும் விஞ்ஞானிகள் அழைக்கின்றனர்.

90 கணிதவியல் அறிஞர் இராமானுஜன்

இராமானுஜனின் தந்தை சீனிவாச ஐயங்கார் தஞ்சை மாவட்டம் கும்பகோணத்தில் ஒரு ஜவுளிக்கடையில் கணக்கராகப் பணிசெய்து வந்தார். இராமானுஜனின் தாய் தந்தையர்க்குக் குழந்தையில்லாமல் இருந்தது. பிறகு 1887ஆம் ஆண்டு இராமானுஜன் ஈரோட்டில் பிறந்தார்.

இராமானுஜன் சிறுவயதில் திண்ணைப் பள்ளியிலும் பின்னர் டவுன் ஹைஸ்கூல் என்னும் நகரப்பள்ளியிலும் பயின்று முதல் மாணவனாகத் தேர்ச்சியும் பெற்றார். உயர்நிலைப் பள்ளியில் பயின்றபோது தனது பி.ஏ. வகுப்பில் படிக்கும் நண்பர்களுக்கே கணிதச் சந்தேகங்களைத் தீர்த்து வைப்பார்.

கார் என்பவர் எழுதிய 'சுத்த கணிதச் சுருக்கம்' என்ற நூலே இராமானுஜனது கணித அறிவை மேம்படுத்திய நூலாகும். 1903ஆம் ஆண்டு டிசம்பர் மாதம் சென்னைப் பல்கலைக்கழக மெட்ரிகுலேசன் தேர்வில் தேறினார் இராமானுஜன்.

1904ஆம் ஆண்டு கும்பகோணத்தில் F.I.A. என்ற படிப்பில் சேர்ந்தார். ஆனால், அவ்வாண்டு இறுதித் தேர்வில் தோல்வி யுற்றமையால் உதவித்தொகையை இழந்து படிப்பை நிறுத்தினார். அவருக்கு 1909ஆம் ஆண்டு திருமணம் நடந்தது.

1910ஆம் ஆண்டில் தென்னாற்காடு மாவட்டத்திலுள்ள, திருக்கோவிலூருக்குச் சென்று அங்கு டெபுடி கலெக்ட்ராக இருக்கும் 'இந்தியக் கணிதச் சங்கத்தை' நிறுவிய ராமஸ்வாமி அய்யரிடம் வேலை கேட்டார். அவரது அறிவை உணர்ந்த ராமஸ்வாமி அய்யர் அவரை திரு. சேஷு ஐயரிடம் அறிமுகம் செய்தார். அதனால் A.G.S. ஆபீஸில் அப்போது காலியாக இருந்த குமாஸ்தா வேலையில் சேர்ந்தார்.

திரு. சேஷு ஐயரின் உதவியால் நெல்லூரில் கலெக்டராக இருக்கும் திரு. இராமச்சந்திராவிடம் சென்றார். அவர் இராமானு ஜனை சென்னைக்குத் திருப்பி அனுப்பி வேண்டிய உதவிகளைச் செய்து வந்தார்.

1912ஆம் ஆண்டு மதராஸ் போர்ட் டிரஸ்ட் ஆபீசில் குமாஸ்தாவாகச் சேர்ந்தார். 1913ஆம் ஆண்டு தனது கணிதத் திறமையை கேம்பிரிட்ஜ் பல்கலைக்கழகக் கணித நிபுணரான ஹார்டிக்கு கடிதம் மூலம் தெரிவித்தார்.

ராமானுஜனின் கணிதத் திறமையை உணர்ந்த ஹார்டி கடும் முயற்சி செய்து அவரை லண்டனுக்கு அழைத்தார். மதராஸ் அரசு அவருக்கு கேம்பிரிட்ஜில் பயில 250 ரூபாய் உதவி வழங்கியது. 1914ஆம் ஆண்டு ராமானுஜன் லண்டன் சென்றார். லண்டன் கேம்பிரிட்ஜ் அவருக்கு 60 பவுன் உபகாரச் சம்பளம் வழங்கியது.

1917ஆம் ஆண்டு ராமானுஜனுக்கு உடல்நலம் குன்றியது. எனினும் முதலாம் உலகப் போர் நிகழ்ந்ததால் அவரால்

இந்தியாவிற்கு வர முடியவில்லை. 1918ஆம் ஆண்டு 'ராயல் சொசைட்டி' எனும் நிறுவனத்தால் அதன் உறுப்பினராகத் தேர்ந்தெடுக்கப்பட்டார். இந்நிறுவனத்தால் முதல் முதலாகத் தேர்ந்தெடுக்கப்பட்ட இந்தியர் இவர். இதனால் பல்கலைக்கழகம் ஆறு ஆண்டுக்கு 150 பவுன் சன்மானம் வழங்கியது.

1919ஆம் ஆண்டு இராமானுஜன் இந்தியா வந்தார். எவ்வளவு சிகிச்சை செய்தும் பயனின்றி 1920ஆம் ஆண்டு தனது 33 வயதில் காலமானார்.

இராமானுஜன் பூஜ்ஜியத்தைப் பற்றிய விளக்கம் அளித்தவர். ஹைபர் ஜியோமிட்ரிக் தொடர் பற்றிய தோற்றங்களை வழங்கியவர். எண்கணிதம் தோன்றக் காரணமாக இருந்தவர். ஜியோமெட்ரியினால் பூமத்தியரேகையின் சுற்றளவைக் கண்டவர். அவர் எண்களின் தோழன் என்று சிறப்புடன் அழைக்கப்பட்டார்.

1984ஆம் ஆண்டு நோபல் பரிசு பெற்ற அமெரிக்க டாக்டர் சந்திரசேகர் இராமானுஜனின் வெண்கலச் சிலையை அவரது மனைவிக்கு வழங்கினார். அப்போது அவரது மனைவி தனது கணவரைக் குறித்து உணர்ச்சி பொங்கப் பெருமைப்பட்டுக் கொண்டார்.

91 பறவையியல் அறிஞர் சலிம் அலி

1896ஆம் ஆண்டு மத்திய பம்பாயில் சலிம் அலி பிறந்தார். பிறந்த ஓராண்டில் அவரது தாயை இழந்தார். பின்னர் அடுத்த இரண்டு ஆண்டுகளில் தந்தையையும் இழந்தார். பிறகு அவரது தாய்மாமன் சலிம் அலியையும் அவரது ஐந்து சகோதரர்களையும் நான்கு சகோதரிகளையும் கவனித்து வந்தார்.

சலிம் அலி தனது பத்தாம் வயதில் துப்பாக்கி ஒன்றைப் பரிசாய்ப் பெற்று ஒரு பறவையைச் சுட்டார். அதன் தொண்டையில் மஞ்சள் புள்ளி இருப்பதைக் கண்டார். அவரது மாமா அவரைப் 'பம்பாய் இயற்கை வரலாற்றுக் கழகத்திற்கு'

அழைத்துச் சென்றார். அங்கு தனது சந்தேகங்களைச் செயலாளர் மில்லர்டாலிடம் அறிந்து தெரிந்தார். இறந்த பறவைகளைப் பாதுகாப்பதையும் அறிந்தார்.

தனது 20ஆம் வயதில் பர்மா சென்று மரம் விற்க உதவி செய்தார். அப்போது பர்மா நெடுந்தூரக் காடுகளில் பறவைகளைப் பற்றி ஆராய்ந்தார். அவருக்கு 1917இல் திருமணம் நடந்தது. அவரது மனைவி ஆராய்ச்சிகளுக்குப் பேருதவியாக இருந்தார்.

பம்பாய் செயிண்ட் சேவியர் கல்லூரியில் விலங்கியல் பட்டப் படிப்புப் படித்தார். உயிரியலையும் படித்தார். ஜெர்மனி சென்று பறவைகள் குறித்துப் படித்தும் பயிற்சியும் பெற்று அறிந்தார்.

சலிம் அலி இந்தியப் பறவைகள் என்ற புத்தகத்தை வெளியிட்டார். அதில் பறவைகளின் வகைகளைப் பற்றி விரிவாக எழுதினார். சலிம் அலி துறைமுகம் அருகில் குடியேறினார். 1930ம் ஆண்டு பறவைகள் குறித்த சிறந்த ஆய்வு நூலை வெளியிட்டார். தூக்கணாங்குருவி குறித்து ஆராய்ந்தார். அமெரிக்க டாக்டர் டில்லான் ரிப்ளேவுடன் சலிம் அலி சேர்ந்து "இந்தியா மற்றும் பாகிஸ்தான் பறவைகள்" என்ற நூலை எழுதினார். எந்தெந்தப் பறவைகள் எங்கெங்கு உள்ளன. அவை எங்கு எப்படி குஞ்சு பொரிக்கின்றன என்பனவற்றையும் சிலவகைப் பறவைகள் பல மைல்கள் பயணம் மேற் கொள்வதையும் கண்டு எழுதினார்.

சலிம் அலி ஆசியாவின் பறவையியல் மனிதராகப் போற்றப்பட்டார். 1973இல் நெதர்லாந்து அரசின் சிறந்த விருதான பொற்படகு விருதைப் பெற்றார். 50 ஆண்டுக்கு மேலாகப் பறவைகள் பாதுகாப்பிற்குப் பாடுபட்டு வரும் சலிம் அலிக்கு 1976இல் உலக வனவாழ்வு நிதியினர் பரிசளித்துச் சிறப்பித்தனர். ரிப்ளே என்ற அறிஞர் சலிமைக் குறித்து புதுக்கவிதையே பாடினார். சிங்கப்பூரைச் சேர்ந்த டேட்டோ லோக்வான்தோ என்பவர் சலிம் அலியின் பழைய ஜீப்பைக் கண்டு புதிய ஜீப்பை வாங்கிக் கொடுத்தார்.

சுதந்திரப் போராட்ட வீரர்களான சரோஜினி நாயுடு, மவுலானா சவுகத் அலி, செண்பகராமன் ஆகியோரது நண்பர் ஆவார்.

நிலப்பரப்பின் மீதும் உலவும் பறவையினம் பற்றிய குறிப்புகளை 1930லிருந்து தொகுத்து 1941இல் 'த புக் ஆப் இண்டியன் பேர்ட்ஸ்' என்ற நூலை எழுதினார். இது 50 ஆயிரத்திற்கும் மேல் விற்பனையானது.

1932இல் நீலகிரியில் தனது ஆராய்ச்சியை மேற்கொண்டார். 1947இல் சுதந்திரத்திற்குப் பின் பி.என்.எச்.எஸ். அமைப்பின் பத்திரிகை ஆசிரியராகவும், பின்னர் செயலாளராகவும் தொண்டு செய்தார்.

பி.என்.எச்.எஸ் அமைப்பு ஆசியாவிலேயே முன்னோடி அமைப்பாக நூற்றாண்டு விழாவைக் கொண்டாடியது. 'பால் கெட்டி' வெகுமதியாக 50,000 டாலர் சலிம் அலிக்கு வழங்கினார். அதை அவர் அந்நிறுவனத்திற்கே வழங்கிவிட்டார்.

80 ஆண்டுகள் பறவைகளை ஆராய்ந்து அவற்றிற்காகவே வாழ்ந்த சலிம் அலி நோய்வாய்ப்பட்டுப் பின்னர் குணமடைந்து தனது பாலிமலை இல்லத்தில் ஓய்வெடுத்து வந்தார்.

1987இல் இந்தியாவிற்குப் பெருமை சேர்த்த இந்தப் பறவையியல் அறிஞர் பறவைகளைத் துன்பத்தில் ஆழ்த்துமாறு தனது உயிரை விட்டார்.

92 அச்சுக் கலையின் முன்னோடி கூடன்பர்க்

1398ஆம் ஆண்டு ஜோஹான் கூடன்பர்க் ஜெர்மனியில் மெயின்ஸ் நகரத்தில் பிறந்தார். இவர் பிரபுக்களின் குடும்பத்தைச் சேர்ந்தவர்.

500 ஆண்டுகளுக்கு முன் காகிதம் கண்டுபிடிக்கப்படவில்லை. விலங்குத் தோல்களிலேயே எழுதினார்கள். இதனால் நேர

விரையம் ஏற்பட்டதுடன் பணக்காரர்கள் மட்டுமே நூல்களைப் படித்தனர்.

1450இல் கூட்டன்பர்க் மரத்தாலும், உலோகத்தாலும் எழுத்துக்களைத் தயாரித்து நூல்களை அச்சிட்டு வெளியிட்டார்.

ஹாலந்தில் இருந்து வந்த ஒருவர் பிரார்த்தனைப் பாடலை அச்சிட்ட காகிதத்தை கூட்டன்பர்கிடம் காட்டினார். இதுபோல் அச்சிட எண்ணிய கூட்டன்பர்க் ஈயம், தகரம், ஆன்டிமனி மூன்றையும் சேர்த்து உருக்கி உலோகம் செய்தார். ஒரு எழுத்து மோல்டாக செய்து மை தடவி பைபிளை அச்சிட்டார். 45 பைபிள் பிரதிகள் இன்றும் பல இடங்களில் பொக்கிஷமாகப் பாதுகாக்கப்பட்டு வருகின்றன. இன்று இதன் ஒரு பிரதியின் மதிப்பு 1,20,000 டாலர்கள்.

கூடன்பர்க் டிரிட்செகன், ஹீல்மென் ஆகியோரைத் தம்முடன் சேர்த்துக் கொண்டு கண்ணாடியையும், கற்களையும் பட்டை தீட்டினார். டிரிட்சென் இறந்தபின் அவரது இடத்தைப் பிடிக்க அவரது சகோதரர்கள் முயன்று தோற்றனர்.

கூட்டன்பர்க் மரப்பலகையில் எழுத்துக்களைச் செதுக்கி அச்சிட்டார். இதனால் அதிக காலதாமதம் ஏற்பட்டது. ஒரு முறை ஒரு அச்சிற்குப் பயன்பட்ட அச்சுப் பலகைகளை மறுமுறை பயன் படுத்த முடியாது. எனவே, அவர் எழுத்துக்களைத் தனித்தனியாகச் செய்ய எண்ணினார். இதற்காகக் கடன்களை வாங்கி மரத்தில் எழுத்துக்களைத் தனித்தனியாகச் செய்தார். ஆனால், இது விரைவில் தேய்மானம் அடைந்தது.

எனவே காரீயத்தையும், இரும்பையும் பயன்படுத்தினார். அதுவும் சரியில்லாததால் ஓர் உலோகக் கலவையை உருவாக்கினார். பின்னர் அழுத்தும் அச்சு இயந்திரம் ஒன்றையும் செய்தார். பின்னர் சொந்த ஊருக்கு வந்து கில்டர் என்பவரிடம் கடனைத் திரும்பத் தராவிடில் அவரது கருவிகளையும் பிறவற்றையும் தந்துவிட வேண்டும் என்ற நிபந்தனையுடன் கடன் பெற்று அச்சகம் தொடங்கினார். பைபிள் அச்சடிக்க இரண்டு ஆண்டுகள் முயன்றும்

அது நிறைவுபெறாத தறுவாயில் கில்டர் பணம் கேட்டுக் கருவிகளைப் பறிமுதல் செய்தார்.

கேத்தலிகன் என்சைக்ளோபீடியா என்ற கலைக்களஞ்சியத்தை 1460இல் 748 பக்கங்களுடன் வெளியிட்டார். 1440ஆம் வருடங்களில் மன்னிப்புச் சீட்டுகளை கூட்டன்பர்க் அச்சடித்திருக்க வேண்டும் என்று பின்னர் தெரியவந்தது. கூட்டன்பர்க்கின் பைபிளில் 42 வரிகளே இருந்தன. அது 1282 பக்கங்கள் கொண்டது. இது 300 பிரதிகள் அச்சடிக்கப்பட்டன. இதில் 40 பிரதிகள் நியூயார்க் பொது நூலகத்திலும், இன்னும் பிற உலக இடங்களிலும் உள்ளன. கூட்டன்பர்க் பற்றிய வாழ்க்கை முழுவதுமாக அறிய முடிய வில்லை. ஆனால், அவர் மெயின்ஸ் நகரத்துச் சிறந்த குடிமகனாகக் கருதப்பட்டு 1466இல் ஓய்வூதியம் வழங்கப்பட்டார். பின்னர் மூன்று ஆண்டுகள் கழித்து 1468இல் மரணமடைந்தார்.

கலோன்நகரில் வெளியான புத்தகம் ஒன்றில் முதன் முதலாக கூட்டன்பர்க் அச்சுக் கலையின் கண்டுபிடிப்பாளர் என்று பெருமைப்படுத்தப்பட்டார்.

 93. இந்தியாவில் பசுமைப் புரட்சியை ஏற்படுத்திய எம்.எஸ். சுவாமிநாதன்

1925ஆம் ஆண்டு சாம்பசிவம் தங்கம்மாள் தம்பதியருக்கு சுவாமிநாதன் கும்பகோணத்தில் பிறந்தார். சாம்பசிவத்தின் சொந்த ஊர் கேரளாவில் உள்ள மண்கொம்பு ஆகும். எனவே, சுவாமி நாதனை 'மண்கொம்பு சாம்பசிவம் சுவாமிநாதன்' என அழைத் தனர். சாம்பசிவம் நகராட்சிஉறுப்பினராவார். சுவாமிநாதனிடம் இளமையிலேயே விவசாயத்தில் ஆர்வம் இருந்தது. தனது 10ஆம் வயதிலேயே வயலில் இறங்கி நாற்று நட்டவர் அவர்.

இவர் எட்டாம் வகுப்பு வரை கும்பகோணம் நேடிவ் பள்ளியிலும், பத்தாம் வகுப்பு வரை லிட்டில் பிளவர் உயர்நிலைப் பள்ளியிலும் பயின்றார். இவர் தனது பதினோராம் வயதில்

தந்தையை இழந்தார். பிறகு தன் உறவினர் வீட்டிற்குத் திருவனந்தபுரம் சென்றார். அங்கே மகாராஜா கல்லூரியில் பயின்று பி.எஸ்.ஸி பட்டம் பெற்றார். 1942 இந்தியாவில் அரிசி கிடைக்காமல் மக்கள் சிரமப்பட்டனர். 1943இல் வங்காளத்தில் பெரும்பஞ்சம் ஏற்பட்டு மக்கள் பசியால் மாண்டனர் இதனைக் கண்ட சுவாமிநாதன் இந்தியாவை முன்னேற்றக் கடுமையாக உழைக்க வேண்டும் என்றும் விவசாய உற்பத்தியைப் பெருக்க வேண்டும் என்றும் உறுதி பூண்டார்.

1948இல் நேரு வேளாண் விஞ்ஞானிகளை அழைத்து ஆலோசனை நடத்தினார். விவசாயம் சிறக்க ஒவ்வொருவரும், எலியை ஒழிக்கவும், செயற்கை உரத்தைப் பயன்படுத்தவும், பூச்சிகளை ஒழிக்கவும், தரமான விதை எனவும் பல கருத்துக்களைக் கூறினர். இவற்றை எல்லாம் சுவாமிநாதன் கேட்டறிந்தார். இவர் 1949இல் எம்.எஸ்.ஸி. பட்டம் பெற்றார். அவ்வாண்டே யுனெஸ்கோ பெல்லோஷிப் கிடைத்தது. எனவே, நெதர்லாந்து சென்றார் பின் அங்கிருந்து இங்கிலாந்து சென்றார். உலகிலேயே முதன் முறையாக ஜப்பான் குட்டை ரகக் கோதுமையைத் தயாரித்தது. சுவாமிநாதனின் அழைப்பைப் பெற்று நோபல் பரிசு பெற்ற டாக்டர் போர்லாக் இந்தியா வந்து மெக்ஸிகன் கோதுமையைப் பயிர் செய்ய ஆலோசனை வழங்கினார்.

1953இல் அமெரிக்கா சென்று விவசாயத்துறையில் மேற் கொண்டு ஆராய்ச்சி செய்தார். 1954இல் இந்தியா திரும்பினார். 1954இல் சென்ட்ரல் ரைஸ் ரிசர்ச் இன்ஸ்டிட்யூட் கட்டாக்கில் சேர்ந்தார். பின் டைரக்டர் ஜெனரல் ஆனார்.

குட்டைத் தென்னைகளை ஆராய்ந்தார், மேலும் எண்ணெய் வித்துக்கள், பார்லி ஆகியவற்றையும் கதிர்வீச்சில் மறைமுக விளைவு பற்றியும் ஆராய்ச்சி செய்தார். பிறகு வயல்களில் நெல், கோதுமை, மக்காச்சோளம், கம்பு முதலியவற்றில் குட்டையான பயிர்களை வாங்கிச் சோதித்தார். ஒரிசாவிலிருந்து டெல்லி சென்று அரிசி ஆராய்ச்சியில் சேர்ந்தார்.

1955 ஐ.சி.எஸ். அதிகாரி பூதலிங்கத்தின் மகள் மீனாவை மணந்து கொண்டார். 1982இல் டாக்டர் போர்லாக்உதவியால் சுவாமிநாதன் குட்டைக் கோதுமை விதைகளை வாங்கி வந்தார். நாடு முழுவதும் 2000 மத்திய விவசாயப் பண்ணைகளைத் தேர்வு செய்து விவசாயிகளுக்குக் கற்பித்தார். 12 மில்லியன் டன் கோதுமை விளைந்த இடத்தில் 17 மில்லியன் டன் கோதுமை விளைந்தது. டெல்லியில் 5 ஏக்கர் நிலம் கிடைத்தது. விவசாய அமைச்சகத்திடம் 100 விவசாயிகளுக்குப் பயிற்சி கொடுக்கத் தேவையான நிதியைக் கேட்டுப் பெற்றார். விளைந்த குட்டைக் கோதுமை சிகப்பாக இருந்தது. இதை அல்ட்ரா வயலெட் கதிர்கொண்டு சரிசெய்தார். இந்திய அரசு இவருக்குப் பத்மபூஷண் பட்டத்தை வழங்கியது. தென்மாநில நதிகளை இணைக்கக் கூறினார். 1978இல் மொரார்ஜி தேசாயின் ஆட்சியில் விவசாய மந்திரியின் செயலாளராகப் பணியாற்றினார். அதுவரை ஐ.ஏ.எஸ். அதிகாரிகளே நியமிக்கப்பட்டனர்.

டைம் பத்திரிகை உலகின் புகழ்பெற்ற இருபதுபேர் யார் எனத் தேர்வு செய்தது. அதில் முதலாவதாகக் காந்தியும், இரண்டாவதாக ரவீந்திரநாத் தாகூரும், மூன்றாவதாக எம்.எஸ். சுவாமிநாதனும் தேர்ந்தெடுக்கப்பட்டனர். இதிலிருந்து உலக மக்கள் அவரது செயல்களை ஆர்வத்துடன் கவனிப்பதை அறிய முடிந்தது.

94 வேளாண்மை அறிஞர் சர் டி எஸ். வெங்கடராமன்

முற்காலத்தில் பயிர்த் தொழிலில் நமது நாடு மேன்மை பெற்று விளங்கியது. ஆனால், காலம் செல்லச் செல்ல விவசாயிகள் தாழ்ந்து வியாபாரிகள் வளர்ந்தனர். இந்த நிலையில்தான் டாக்டர் சர்டி.எஸ். வெங்கடராமன் தமது விஞ்ஞான அறிவால் முதலாளி, வியாபாரி, விவசாயி, விவசாயத் தொழிலாளி யாவரும் வாழ்க்கை நடத்தவும், நாடு செழிக்கச் செல்வம் பெருகவும் வழிகோலினார்.

1937ல் ஐதராபாத்தில் கூடிய இந்திய விஞ்ஞானக் காங்கிரசின் தலைவராய் வெங்கடராமன், அங்கே குழுமிய விஞ்ஞானிகள் வியக்கும் வண்ணம். ஆனால், மரபு வழுவாமல் இந்தியக் கிராமங்கள் குறித்து உரையாடினார்.

புதிய பயிர் வகைகளையும், விவசாய முறைகளையும் நாள்தோறும் கண்டறியும் விஞ்ஞானிகளின் நோக்கம், குறைந்த நேர முயற்சிகளிலே பெருகிய விளைச்சலைக் காண்பதே. இவர்களைப் போன்றவரே டாக்டர் சர்.டி.எஸ். வெங்கடராமன். வெங்கடராமன் கரும்புச் சாகுபடியைப் பெருக்கினார். புதிய கரும்பு வகைகளைக் கண்டறிந்தார்.

1928இல் இந்திய சர்க்கரைத் தொழில் தாழ்ந்த நிலையில் தான் இருந்தது. 20 சதம்தான் கருப்பட்டி வெல்லங்களால் தேவைபூர்த்தியாயிற்று. ஏனைய 80 சதம் சாவகத் தீவினின்றும் இறக்குமதியாயின. இவர், நவீன முறைகளைக் கையாண்டு நாட்டுக் கரும்புகளின் தோற்றம், உட்சுவை முதலியவற்றைக் கூட்டியும், திருத்தியும், சீர்திருத்திப் புதிய கரும்புகளை அறிமுகப்படுத்தினார்.

எழுபத்தைந்து வருடங்களுக்கு முன்னே இந்தியாவில் சர்க்கரைப் பஞ்சம் நிலவியது. தற்போது நமது சர்க்கரைத் தொழில் சுய தேவையைப் பூர்த்தி செய்வதுடன் வெளிநாடுகளின் ஏற்றுமதிக்கும் தயாராகிவிட்டது. இதற்குக் கரும்புச் சாகுபடி யாளர்களே காரணம். கோயம்புத்தூர் அரசு ஆராய்ச்சிப் பண் ணையின் அரும்படைப்பே இக்கரும்புகள். இதற்கு மூலகாரணம் டாக்டர் சர்.டி.எஸ். வெங்கடராமன். இந்திய சர்க்கரையாலைச் சங்கத் தலைவர் லால்சந்த் இராசந்த் என்பவர், ''சர்.டி.எஸ். வெங்கடராமன் அவர்கள் பெரிய மேதை. நசிந்து வந்த சர்க்கரைத் தொழிலுக்குப் புத்துயிர் கொடுத்துள்ளார்!'' எனப் பாராட்டினார்.

வெங்கடராமன் முயற்சியால் இந்திய சர்க்கரைத் தொழில் வளர்ந்தது. கரும்புச் சாகுபடியும் மிகுந்த ஆதாயத்துக்கிடமானது. இதனாலே நல்வாழ்வு பெறும் விவசாயக் குடும்பங்கள் பல லட்சம். கோவை கரும்பாராய்ச்சிப் பண்ணையின் சர்க்கார் செலவு

வருடத்துக்கு 3/4 லட்சம். அதன்மூலம் சர்க்கார் பெறும் ஆதாயமோ பல கோடி என்று மதிப்பிடப்படுகின்றது.

வெங்கடராமன் 1884ல் சூன் மாதம் பிறந்தார். இவர் தந்தையின் பெயர் சாம்பசிவ ஐயர். பத்திரப்பதிவுத் துறையிலே பெரிய உத்தியோகம் புரிந்து வந்தார். 1905ஆம் ஆண்டு பி.ஏ தேர்வில் வெங்கடராமன் முதல் மாணவனாகத் தேர்ந்தெடுக்கப்பட்டார். எம்.ஏ பட்டத்துக்குப் பழமும் பித்தும் என்ற ஆராய்ச்சிக் கட்டுரையை எழுதி வந்தார். கட்டுரையை முடிக்கும் முன்னரே சென்னை அரசாங்கத்தைச் சேர்ந்த தாவர சாஸ்திரி டாக்டர் பார்பர் என்பவருக்குத் துணை ஆய்வாளராகச் சேர்ந்தார். 1919ஆம் ஆண்டு டாக்டர் பார்பர் ஓய்வு பெற்றபோது வெங்கடராமன் தலைமைப் பதவிக்கு உயர்த்தப்பட்டு 1942 வரை பணிபுரிந்தார். பயிர்களிலே வித்துக்களைத் தோற்றுவித்து அவற்றிலிருந்து நாற்றுகளை உண்டாக்கலாம் என்பது 1912இல் கண்டுபிடிக்கப்பட்டது. கோயம்புத்தூர் கரும்புகள் சக்ரேம் என்ற வகையைச் சேர்ந்த பல இனங்களின் கலப்படங்கள். இந்தியாவிலே பயிராகும் கரும்புகளிலே 80 சதமும் ஆஸ்திரேலியா, தென்ஆப்பிரிக்கா, எகிப்து, பிரேசில், கியூபா, தான்ஸானியா, ப்ளோரிடா முதலிய நாடுகளுக்கு ஏற்றுமதியானது. இதனால் இந்தியா பல கோடி லாபம் பார்த்தது என்று 1944ல் கணக்கிடப்பட்டது. 1930ஆம் ஆண்டு கரும்பையும் சோளத்தையும் 1936ஆம் ஆண்டு மூங்கிலையும் கரும்பையும் கலப்படம் செய்தார். இந்திய அரசு இவருக்கு சர் பட்டம் வழங்கிச் சிறப்பித்தது.

95 வேதியியல் விஞ்ஞானி டாக்டர் பி.சி. ராய்

1861இல் பி.ஸி. ராய் அவர்கள் ராருளி கதிப்பாரா என்னும் சிற்றூரில் (தற்போது பங்களாதேசில் உள்ளது) செழிப்பான குடும்பத்தில் அரிச்சந்திரராய் என்பவர்க்கு மகனாகப் பிறந்தார். இவரது தந்தையே இவருக்கு அறிவூட்டி வளர்த்தார். இவரது

அறிவைப் பெருக்க 1870இல் தன் குடும்பத்தோடு கல்கத்தாவிற்குச் சென்றார். அங்கு ராயை ஹேர்ப் பள்ளிக்கூடத்தில் மாணவராகச் சேர்த்தார். அப்போது கடுமையான சீதபேதி நோயால் தாக்குண்டு இரண்டு ஆண்டுகள் வீட்டில் இருந்தார். ராயின் தந்தையும் தமையனும் வீட்டில் வைத்திருந்த பெரிய நூல் நிலையத்திலிருந்த கோல்டுஸ்மித், எடிசன் போன்றோரது நூலைக் கற்பித்தனர். 1879 முதல் 1882 வரையிலும் தலைநகர் கலாசாலையில் படித்தார். வித்யாசாகர் கல்லூரியில் சேர்ந்து நரேந்திரநாத் பானர்ஜியிடம் பாடம் கற்றார். பின் மாகாணக் கல்லூரியில் அறிவியல் கலை மாணவராக விளங்கினார். பின் மேல்படிப்பிற்கு இங்கிலாந்து செல்ல நினைத்தார். ஆனால், அவர் தந்தை இறந்ததால் செல்ல முடியாமல் போனது. அதனால் கில்கிரைஸ்டு உபகாரச் சம்பளம் பெற்று இங்கிலாந்து எடின்பர்க் கல்லூரியில் ஆறு ஆண்டுகள் படித்தார். 1889இல் இந்தியா திரும்பினார்.

1904 ஐரோப்பாவில் வேதியியல் ஆராய்ச்சிக் கூட்டங்களைக் காண அனுப்பப்பட்டார். தரமான வேதியியல் பொருட்களையும், மருந்துகளையும் இந்தியாவிலேயே செய்ய வேண்டும் என ராய் விரும்பினார்.

ராய் தனது ஆராய்ச்சிக்காக கொல்கத்தாவில் ஒரு வீட்டில் ஆடு மாடுகளின் எலும்புகளை வைத்து ஆராய்ந்தார். பிறகு மக்களின் புகாரால் நண்பரது உதவியுடன் ஊருக்கு வெளியில் ஆராய்ச்சியைச் செய்து நரம்பு டானிக் ஒன்றைக் கண்டுபிடித்தார். இது விலை மலிவானது. இந்திய அறிவியல் கலைக் கூடத்தைச் சேர்ந்த டாக்டர் டி. ரேவ்ஸ் என்ற பெரியாரின் பாராட்டுரை ஒன்றே ராயின் தொழிற்சாலையின் சிறப்புக்குப் போதிய சான்றாகும்.

ராய் 1895ல் அறிவியல் கலை உலகிற்குத் தன்னை அறிமுகம் செய்து கொண்டார். தனது 'மெர்க்குரே நைடிரைட்' என்ற புதுமைப் பொருள் மூலமாகப் புகழ்பெற்றார்.

டர்ஹாம் பல்கலைக்கழகத் துணைவேந்தர் நூலுக்கு டாக்டர் பட்டம் வழங்கும்போது அவரையும் அவர் நூலையும் கீழ்க்கண்டவாறு பாராட்டியுள்ளார்.

''திரு ராய் நுண்ணறிவும், செய்து முடிக்கும் திறனும் பெற்றவர். இவர் பல அரிய கட்டுரைகளை வெளியிட்டுள்ளார். இவரது இந்து வேதி நூல் வரலாறு என்ற நூலில்தான் இவரது முழுப் புலமையும், பெருமையும் வெளிப்பட்டுள்ளது.'' 1917ஆம் ஆண்டு கல்கத்தா சமூக மாநாட்டிற்குத் தலைவராகத் தேர்ந்தெடுக்கப் பட்டார். புராதன இந்து வேதிநூற் கலையை விளக்கிச் சொற் பொழிவாற்ற 1918 பிப்ரவரி மாதம் சென்னைப் பல்கலைக்கழகம் இவரை அழைத்தது. டாக்டர் ராய் தீண்டாமையை எதிர்த்தவர்.

இந்திய ரசாயனக் கழகம், கல்கத்தா மாகாணக் கல்லூரி, பகர்காட் கல்லூரி ஆகியவற்றுக்குத் தான் சம்பாதித்த பணத்தில் நன்கொடை வழங்கினார்.

96 வானியல் விஞ்ஞானி சந்திரசேகர்

1910ஆம் ஆண்டு லாகூரில் பிறந்தவர் சந்திரசேகர். லாகூர் இப்போது பாகிஸ்தானில் உள்ளது. இவரது பெற்றோர் சுப்பிரமணியம் - சீதாலெட்சுமி ஆவர். இவரது தந்தை ரயில்வே உயர் அதிகாரி ஆவார். அவர் அடிக்கடி பணிமாற்றம் பெற்றதால் சென்னையில் நிரந்தரமாக வீடுகட்டி குழந்தைகள் படிக்க ஏற்பாடு செய்தனர். இவரது தாய் சீதாலட்சுமி இவர் சிறந்த புகழுடன் திகழ விரும்பினார். இவர் சர்.சி.வி. ராமனின் அண்ணன் மகன் ஆவார்.

சந்திரசேகர் சென்னை, திருவல்லிக்கேணியில் உள்ள இந்து உயர்நிலைப் பள்ளியில் படித்தார். பிறகு மாநிலக் கல்லூரியில் பயின்றார்.

படிக்கும் பத்தொன்பதாம் வயதிலேயே இங்கிலாந்து ராயல் கழகத்திற்குக் கட்டுரை எழுதினார். சந்திரசேகர் நவீன பௌதிகத்தில் ஆராய்ச்சிகள் செய்ய ஆரம்பித்தார். பதினெட்டாவது வயதிலேயே அவரது ஆராய்ச்சிக் கட்டுரைகள் விஞ்ஞானப் பத்திரிகைகளில் வெளியாயின.

இவர் சர்.சி.வி. ராமனுடன் விடுமுறை நாட்களில் கல்கத்தா சென்று பணியாற்றும்போது உபகரணத்தை உடைத்ததால்

சென்னை திரும்பிவிட்டார். மேலும் ராமன் அணுவைக் குறித்து ஆராய்ந்தார். இவரோ வானியலை ஆராய்ந்தார்.

1930ஆம் ஆண்டு சந்திரசேகர் பட்டப்படிப்பில் தேறினார். அவர் சென்னையில் பயின்றபோது அவருக்கு எடிங்டனின் நட்சத்திரங்கள் என்ற புத்தகம் பரிசாகக் கிடைத்தது. இதுவே அவரது வானியல் ஆர்வத்தை மேம்படுத்தியது.

1930ல் சந்திரசேகர் லண்டன் புறப்பட்டார். வெளிநாடு சென்றால் தான் மீண்டும் உயிருடன் தன் மகனைப் பார்க்க இயலாது என்பதை நோயுடன் அவதிப்பட்டதால் தெரிந்து கொண்டார் அவரது தாய். இருப்பினும், "எனது மகன் உலகிற்காகப் பிறந்திருக்கிறான், எனக்கு மட்டுமல்ல!" என்று கூறி வழியனுப்பினார். அவர் லண்டனில் வேலை செய்து கொண்டே படித்தார். கேம்பிரிட்ஜ் பல்கலைக்கழகத்தில் சேர்ந்தார். அங்கே அரசு வான இயற்பியல் கழகத்தில் அறிஞர்களின் முன்னிலையில் விண் மீன்கள் பற்றிய தனது ஆராய்ச்சிக் கட்டுரையைப் படித்தார். இவர் வானியல் ஆராய்ச்சியில் ஆர்வம் கொள்ள வைத்த எடிங்டனும் அதில் ஒருவர்.

சந்திரசேகர் ஒவ்வொரு நட்சத்திரமும் சூரியனைப் போன்றது. ஒரு நட்சத்திரத்தின் ஆயுட்காலம் அதில் உள்ள ஹைட்ரஜன் எரிபொருளைப் பொறுத்தது. மேலும் சிவப்பு அசுரன் (Red Giant), வெள்ளைக்குள்ளன் (White Dwarf) போன்ற பல வானியல் உண்மைகளைக் கண்டறிந்து வெளியிட்டார்.

இக்கருத்துக்களுக்கு இங்கிலாந்தில் வரவேற்பு இல்லை. எடிங்டனும் இதை மறுத்தார். எனவே, அவர் அமெரிக்கா சென்றார். பிறகு அனைவரும் இவற்றை ஒப்புக் கொண்டனர்.

1936இல் தன்னுடன் பௌதிகம் படித்த லலிதா என்பவரை மணந்தார். பின்னர் சிகாகோ பல்கலைக்கழகத்தில் 1937 முதல் 1980 வரை வேலை செய்தார். வானம் ஏன் நீல நிறமாக உள்ளது எனக் கண்டுபிடித்தார். அவர் 40 ஆண்டுகளுக்கு முன்பு விண்மீன் அமைப்புகளின் ஆய்வு அறிமுகம் என்ற நூலை எழுதினார்.

பின்னர் மற்றொரு நூல் எழுதினார். தனது 72 வயதில் அதை எழுதினார்.

சந்திரசேகர் 160 மைல்கள் கடந்து இரு மாணவர்களுக்குப் பாடம் கற்பிக்கச் சென்றார். இதற்கான காரணம் அவர்கள் 1957இல் நோபல் பரிசு பெறும்போதே தெரிந்தது.

டாக்டர் சந்திரசேகரின் ஆராய்ச்சி கணிதம், பௌதிகம், வானநூல் எனப் பல பிரிவுகளைக் கொண்டது. இவர் சூரியனைக் குறித்தும் அதன் இறுதி நாட்களைக் குறித்தும் ஆராய்ந்து வெளியிட்டுள்ளார். 1953இல் அரசு வான சாஸ்திரக் கழகம் அவருக்குப் பொற்பதக்கம் வழங்கியது. அந்த ஆண்டு அவர் அமெரிக்கப் பிரஜை ஆனார். அவரை அமெரிக்க ஜனாதிபதி பாராட்டினார்.

அமெரிக்க கல்விக் கழகம் 1957இல் அவருக்கு போர்டு பதக்கம் அளித்தது. இந்தியா சீனுவாச ராமானுஜம் பதக்கத்தை வழங்கியது. லண்டன் ராயல் கழகமும் மெடல் அளித்துப் போற்றியது. பின்னர் இந்திய அரசு அவருக்கு பத்மபூஷண் விருது வழங்கியது.

1983ஆம் ஆண்டு இயற்பியலுக்கான நோபல் பரிசைப் பேராசிரியர் வில்லியம் பவுலாவுடன் பகிர்ந்து பெற்றார்.

சந்திரசேகர் 1995ஆம் ஆண்டு மரணமடைந்தார்.

97 கல்பனா சாவ்லா

1961ஆம் ஆண்டு ஜூலை 7ஆம் நாள் இந்தியாவில் அரியானா மாநிலத்தில் கர்னால் என்ற ஊரில் கல்பனா சாவ்லா பனார்சிதாஸ், சன்யோகிதா தேவி தம்பதிக்கு மகளாகத் தோன்றினார். கல்பனா நான்காவதாகப் பிறந்திருந்தார்.

கல்பனா கர்னாலில் உள்ள தாகூர் பாலநிகேதனில் பள்ளிப் படிப்பை முடித்தார். கர்னாலில் ஒரு பிளையிங் கிளப் இருந்தது அதன் உறுப்பினராக இருந்தார். இதன்மூலம் டாடாவின் அஞ்சல் விமானத்தில் கல்பனாவும், அவரது சகோதரரும் பறந்து தங்கள் ஆசையை நிறைவேற்றிக் கொண்டனர்.

கல்பனாவின் தந்தை டயர் கம்பெனியை ஆரம்பித்தார். அதைக் கல்பனா கவனிக்க விரும்பினார். 1982இல் பஞ்சாப் பொறியியல் கல்லூரியில் பொறியியல் பட்டம் பெற்றார். "டயர் கம்பெனியில் வேலை செய் அல்லது திருமணம் செய்" என்றார் தந்தை. தானும் ஒரு நாள் விண்ணில் பறப்பேன் என்ற நம்பிக்கையைக் கல்பனா கைவிடவில்லை.

பிறகு தான் படித்த கல்லூரியிலேயே ஆசிரியராகச் சேர்ந்தார். பிறகு தனது விருப்பத்தைக் கல்லூரி முதல்வரிடம் கூறினார். ஆனால், அவர் உன்னிடம் பணம் மட்டும்தான் உள்ளது. வேறு எதுவும் இல்லை எனக் கூறினார். இது அவரை மிகவும் பாதித்தது. பிறகு கல்பனாவே தனது தந்தையுடன் பேசி அமெரிக்கா செல்லத் தயாரானார்.

1982ஆம் ஆண்டு கல்பனாவும், அவரது அண்ணன் சஞ்சய் அவர்களும் அமெரிக்கா சென்றனர். அவர்கள் ஆர்லிங்டன் பல்கலைக்கழகத்திற்குச் சென்றனர். கல்பனா அங்கு ஏரோ நாட்டிகல் எஞ்ஜினியரிங் பிரிவில் படித்துப் பட்டம் பெற்றார். பின்னர் அங்கு பயிற்சியாளராக இருந்த ஹாரிஸன் என்பவரை விரும்பி மணந்து கொண்டார்.

1988இல் கொலராடோ பல்கலைக்கழகத்தில் ஏரோஸ்பேஸ் எஞ்ஜினியரிங் துறையில் டாக்டர் பட்டம் பெற்றார். 1993இல் கலிபோர்னியாவில் உதவித் தலைவர் மற்றும் ஆராய்ச்சி அறிவியலாளர் பதவி கிடைத்தது.

அவர் நாஸாவில் சேர முயன்று தோல்வியுற்றார். "நாஸா வெளிநாட்டவர்களைத் தேர்வு செய்யாது" என எச்சரிக்கப்பட்டார். ஆனால், கல்பனா முயன்று விரைவில் அமெரிக்கக் குடியுரிமையும், நாஸாவில் தேர்வும் பெற்றார்.

விண்வெளியில் பறப்பது சாதாரணமானது அல்ல. அதற்கு உடல் வலிமையும், மனவலிமையும் தேவை. நமது இதயத்துடிப்பு 72லிருந்து ஒரே வினாடியில் 102 ஆக அதிகரிக்கும்.

1997ஆம் ஆண்டு நவம்பர் மாதம் 19ஆம் தேதி கென்னடி விண்வெளி மையத்திலிருந்து கொலம்பியா விண்கலம் கல்பனா

வையும் மற்றும் ஐந்துபேரையும் ஏற்றிக் கொண்டு புறப்பட்டது. தனது முக்கியப் பதக்கங்கள் புகைப்படங்களுடன் கல்பனா சென்றார்.

கொலம்பியா விண்கலத்தில் நவம்பர் 18 முதல் டிசம்பர் 9 வரை 65 லட்சம் மைல் பயணம். 252 முறை பூமிவலம். மொத்தப் பயண நேரம் 378 மணி 34 நிமிடம். காலத்தால் ஏற்பட்ட பிரச்சனைகளைக் கல்பனா திறமையுடன் எதிர்கொண்டு தீர்த்தார். இந்தியா முழுவதும் கல்பனாவின் புகழ் பரவியது. இந்திய அரசும் இவரைப் பாராட்டியது. இந்தியப் பெண்ணின் திறமையை உலகம் வியந்து பாராட்டியது. கல்பனா 10 நாட்கள் விண்ணில் இருந்தார். விண்ணிற்குச் சென்று திரும்பிய முதல் இந்தியப் பெண் கல்பனா ஆவார்.

இரண்டாவது முறையாக 2003ஆம் ஆண்டு தனது விண் வெளிப் பயணத்தை மேற்கொண்டார். 1.2.2003 அன்று பூமியை நோக்கித் திரும்பி வந்து கொண்டிருந்தார். தரையிறங்குவதற்கு 16 நிமிடங்களுக்கு முன்பு விண்கலம் கட்டுப்பாட்டை இழந்து வெடித்துச் சிதறியது. 2003 ஜனவரி 16 கல்பனா கொலம்பியா விண்கலத்திலிருந்து தொடர்பு கொண்டு பேசியுள்ளார். "இங்கிருந்து பூமியைப் பார்க்க அழகாக உள்ளது. நான் கீழே இறங்கியதும் இந்தியா வருவேன். நம் தாய்நாட்டிற்கு எதையாவது செய்ய வேண்டும்!" என்றார். சனிக்கிழமை அன்று இரவு 7.00 மணி அமெரிக்க நேரப்படி காலை 8.00 மணி இறங்கத் தொடங்கிப் பலியானது விண்கலம்.

"நான் இறப்பதாக இருந்தால் விண்ணிலேயே உயிர்பிரிய வேண்டும் என்பது தான் என் ஆசை!" இவ்வாறு கல்பனா 1983ஆம் ஆண்டு கூறினார். அவ்வாறே நிகழ்ந்துவிட்டது. உலக மக்கள் அனைவரும் அவருக்காகக் கண்ணீர்விட்டனர். அமெரிக்க அதிபர் ஜார்ஜ்புஷ், "கல்பனாவின் பிறந்த வீடு இந்தியா. புகுந்த வீடு அமெரிக்கா!" என உருக்கமாகக் கூறினார். கல்பனாவின் சகோதரர் மும்பையில் பெரும் தொழிலதிபர். அவர் தனது தொழிற் சாலையைத் தொழிலாளர்களிடமே ஒப்படைத்துவிட்டார். 160பேர் தங்கும் முதியோர் இல்லமும் 2000 பிள்ளைகள் இலவசமாகப்

படிக்கவும், 700 குடும்பங்கள் உதவித் தொகை பெறவும் செய்தார். கல்பனா இந்தியப் பெண்களின் நிலைகுறித்து வருந்தினார் அவர்களது உரிமைக்காகப் பேசியுள்ளார்.

98 பௌதிக ஆய்வாளர் எஸ்.என். போஸ்

1894ஆம் ஆண்டு ஜனவரி முதல் நாளில் கல்கத்தாவில் பிறந்தவர் சுரேந்திரநாத் போஸ். இரயில்வே அலுவலராகப் பணிசெய்தார். போஸ் பள்ளியில் முதல் மாணவனாகத் திகழ்ந்தார். அறிவியல் ஆர்வம் உடையவராக இருந்தார். கல்கத்தா இந்து கல்லூரியில் பட்டம் பெற்றார்.

சுதேச இயக்கத்தில் சேர்ந்து வெளிநாட்டுப் பொருட்களை எதிர்த்தார். இந்தியன் இரசாயனக் கம்பெனியை ஆரம்பித்தார். நமக்குத் தேவையான பொருட்களை நம் நாட்டிலேயே தயாரிக்க நினைத்தார். கல்கத்தா பல்கலைக்கழகத்தில் கணிதத்தில் முதல் மாணவராகத் தேறி பி.எஸ். படிப்பை முடித்தார். விடுதலைப் போரில் முனைப்புடன் இருப்பார். தன் அம்மாவின் கட்டாயத்தால் பதினோரு வயதுப் பெண்ணைத் திருமணம் செய்து கொண்டார்.

1915ஆம் ஆண்டு முதுகலை அறிவியல் பட்டம் பெற்று கல்கத்தா பிரசிடென்சி கல்லூரியிலே முதலாவதாகத் திகழ்ந்தார். கல்வியாளர் அஷுடோஷ் முகர்ஜி 1916இல் தொடங்கிய கல்லூரியில் பேராசிரியராகச் சேர்ந்தார். பிரசிடென்சி கல்லூரியில் இரண்டாம் இடம் பிடித்த மேகநாத் சாஹாவும் அங்கு பேராசிரியராகச் சேர்ந்தார்.

அக்காலத்தில்தான் ஐன்ஸ்டீன் சார்பியல் கொள்கையால் புகழ்பெற்றிருந்தார். 1917இல் போஸ், சாஹா இருவரும் கல்கத்தாவில் புதிதாகத் தொடங்கிய அறிவியல் பல்கலைக் கழகத்தில் சேர்ந்தனர். பின்னர் போஸும், சாஹாவும் முதலில் ஜெர்மன் மொழி கற்றனர். இதனால் பல நூல்களைப் பயின்றனர். போஸ் தீவிரமாக ஆராய்ச்சி செய்ததன் பயனாக போஸ் - ஐன்ஸ்டீன் புள்ளியியல் கிடைத்தது.

முதலில் டாக்கா பல்கலைக்கழகத்தில் இயற்பியல் விரிவுரை யாளராகச் சேர்ந்தார். பின் ஆய்வுப் படிப்பராக உயர்த்தப்பட்டார். 1923ஆம் ஆண்டு பிளாங்கின் விதியின் விளக்கத்தை பிரிட்டிஷ் இதழுக்கு அனுப்பினார். ஆனால், ஆசிரியர் அதைத் திருப்பி அனுப்பிவிட்டார். இருப்பினும் மனம் தளராமல் அதை ஐன்ஸ்டீனிற்கு அனுப்பினார். ஐன்ஸ்டீனின் நூல்களை ஆங்கிலத்தில் மொழிபெயர்த்து வெளியிட்டார்.

போஸ் ஐன்ஸ்டீனிற்குத் தான் அவரது நூலை மொழி பெயர்த்தது குறித்தும் அவரது ஆய்வுகளைக் குறித்தும் கடிதம் எழுதினார். ஐன்ஸ்டீன் அவரைப் பாராட்டிக் கடிதம் எழுதினார். கணித இயற்பியலில் போஸ் பல சாதனைகளைப் படைத்தார். சமநிலை சக்தி விஞ்ஞானத்தில் (Statistics) புதிய வழிமுறைகளைக் கண்டார். போஸ் கேட்டதற்காக 1942இல் ஐன்ஸ்டீன் அதை ஜெர்மனியில் மொழிபெயர்த்து இதழில் வெளியிட்டார். நவீன இயற்பியலில் போஸ் புள்ளியியல் என்றே அவை அழைக்கப்பட்டன. டாக்கா பல்கலைக்கழகம் ஐரோப்பா செல்லப் பணம் தரத் தயங்கிய பின் ஐன்ஸ்டீனின் கடிதத்தைக் கண்டு வழங்கியது. போஸ் அங்கு சென்று ஐன்ஸ்டீனையும் பல அறிஞர்களையும் சந்தித்தார்.

போஸ் அறிவியலில் மட்டுமின்றி, மொழியியலிலும் கைதேர்ந்தவராக இருந்தார். அவர் பிரெஞ்சு மற்றும் ஜெர்மன் மொழிகளில் வல்லுனராக இருந்தார். பாரீஸில் பிரெஞ்சு தெரிந்தவர்களை மட்டுமே வேலைக்குச் சேர்ப்பார்கள். ரேடியத்தைக் கண்டறிந்த கியூரி அம்மையாருடன் பணியாற்றினார்.

டாக்கா பல்கலைக்கழகப் பேராசிரியர் பதவிக்கு போஸ் மனு செய்தார். ஆனால், டி.எஸ்.ஸி (D.Sc.) அல்லது டாக்டர் (Ph.D) பெற்றவர்களே அதில் அமர முடியும், ஐன்ஸ்டீனுடைய கடிதம் பெற்றுத் தந்தால் தருகிறோம் என்றனர்.

ஐன்ஸ்டீனும், "போஸ் உங்கள் நாட்டு மக்கள் நான் கூறுவதை நம்பமாட்டார்கள். ஆம்! அந்தக் கட்டுரை டி.எஸ்.ஸி டிகிரியை விட உயர்ந்தது!" என்று பாராட்டினார். எனவே, போஸிற்கு

எளிதில் வேலை கிடைத்தது. மேலும் இயற்பியல் துணைத் தலைவராகப் பதவியேற்றார்.

1944ஆம் ஆண்டு இந்திய அறிவியல் பேரவையின் பொதுச் செயலாளராக இருந்தார். 1945இல் அதை விடுத்துக் கல்கத்தாவில் பல்கலைக்கழகத்தில் பேராசிரியராகப் பணியாற்றினார். 1956இல் ஓய்வு பெற்றார். இந்திய இயற்பியல் கழகத்திற்குத் தலைவராகத் தேர்ந்தெடுக்கப்பட்டார்.

அவர் ஜப்பான் சென்றபோது கல்வி முதல் அனைத்தும் ஜப்பானிய மொழியில் இருப்பதைக் கண்டு இந்தியாவிலும் அப்படிச் செய்ய எண்ணினார். 1952 முதல் 1958 வரை பாராளுமன்ற மாநிலங்களவை உறுப்பினராக இருந்தார். இரண்டு ஆண்டுகள் கல்கத்தா விசுவபாரதி பல்கலைக்கழகத்தின் துணைவேந்தர் ஆனார்.

1958ஆம் ஆண்டு இங்கிலாந்து ''அரசவைச் சான்றோன்'' தகுதி பெற்றார். பல்வேறு பல்கலைக்கழகங்கள் சிறப்புப் பட்டம் வழங்கின. மேகநாத் சாஹா நினைவுப் பதக்கம் அவருக்குக் கிடைத்தது. 1956ஆம் ஆண்டு பத்ம விபூஷண் விருது பெற்றார்.

போஸின் எண்பதாவது பிறந்த நாளை நாடே 1974இல் கொண்டாடியது. அடுத்த மாதமே ஜனவரி மாதம் அவர் தனது குடும்பத்திற்குச் சொத்து கூடச் சேர்த்து வைக்காமல் மறைந்தார்.

99 இயற்பியல் விஞ்ஞானி டாக்டர் கே.எஸ். கிருஷ்ணன்

1898ல் விருதுநகர் மாவட்டம் ஸ்ரீ வில்லிபுத்தூருக்கு அருகில் வத்திராயிருப்பு என்ற ஊரில் பிறந்தார் கே.எஸ். கிருஷ்ணன். இவரது முழுப்பெயர் கரியமாணிக்கம் சீனுவாச கிருஷ்ணன் ஆகும். இவர் குறித்து வைத்த வானியல் குறிப்புகள் பிற்காலத்தில் உதவின.

ஸ்ரீவில்லிபுத்தூரில் உயர்நிலைப் பள்ளியை முடித்து மதுரை அமெரிக்கன் கல்லூரியிலும், பிறகு சென்னைக் கிறிஸ்துவக்

கல்லூரியிலும் படித்தார். பி.ஏ. பட்டத்தினைச் சென்னையில்தான் பெற்றார். படித்தபின் கிறித்துவக் கல்லூரியின் செய்முறை ஆசிரியர் ஆனார்.

சென்னை நகரத்தில் புகழ்வாய்ந்த கல்வி நிலையமான மாநிலக் கல்லூரியில் ஒரு சமயம் சொற்பொழிவு நடைபெற்றது. அதில் இவர் சிறப்பான அறிவியல் சொற்பொழிவை ஆற்றினார். சமய, தத்துவ நூல்களில் தேர்ச்சி பெற்றார். அவருக்கு அறிவியல் ஆர்வமூட்டியவர் ஆசிரியர் திருமலைக் கொழுந்துப்பிள்ளை ஆவார்.

1920இல் கல்கத்தா பல்கலைக்கழக அறிவியல் கல்லூரியில் பேராசிரியர் சி.வி. ராமன் புதிதாகத் தோற்றுவித்த துறையில் சேர்ந்தார் கே.எஸ். கிருஷ்ணன். முதுகலை மாணவர்க்குப் பாடம் கற்பிப்பதிலும், ஒளியியல், மூலக்கூறு இயல் ஆய்விலும் மிகுந்த ஆர்வம் காட்டிய கிருஷ்ணனை 1923ஆம் ஆண்டு இந்திய வளர்ச்சிக் கழகத்தில் துணைத் தலைவர் ஆக்கினார் சி.வி. ராமன்.

இந்திய அறிவியல் கழகத்தில் அவர் மூலக்கூறு ஒளிச்சிதறல், திரவங்களில் எக்ஸ்கதிர்கள், வாயு, படிக மூலக்கூறுகள் சார்ந்த வேற்றுமை, பண்பு வேற்றுமை ஆகியவற்றை ஆராய்ந்தார். அவர் ஒளியியல் அணுத்திரள் இயற்பியல் ஆகியவற்றைப் பற்றி ஆராய்ந்தார். ராமனது உதவியாளராகவும் இருந்தார்.

1927ஆம் ஆண்டு கிருஷ்ணன் எம்.எஸ்.ஸி பட்டம் பெற சர்.சி.வி. ராமனும் முயற்சி எடுத்துக் கொண்டார். 1929 முதல் 1933 வரை டாக்கா பல்கலைக்கழகத்தில் பணியாற்றினார்.

எஸ்.என். போஸ், விஜயராகவன் ஆகியோருடன் சேர்ந்து ஆராய்ந்தார். 1933இல் ராமன் கல்கத்தாவிலுள்ள அறிவியல் வளர்ச்சி சங்கத்தைவிட்டுச் சென்ற பிறகு கிருஷ்ணன் பேராசிரியராக நியமிக்கப்பட்டார். மின்காந்தக் கவர்ச்சி வேறுபாடுகளின் காரணங்களைப்பற்றி ஆராய்ந்து விளக்கி இந்தியா முழுவதும் புகழ்பெற்றார். 1933ஆம் ஆண்டு டாக்காவிலிருந்து கல்கத்தா திரும்பினார். அறிவியல் கழகத்தில் சேர்ந்து பொருள் களின் காந்த இயல்புகள் குறித்து ஆராய்ந்தார்.

1937இல் கேம்பிரிட்ஜிலிருந்த ரூதர்வோல்டும், லண்டனிலிருந்து சர் வில்லியம் பிராகும் அவரைச் சொற்பொழிவாற்ற அழைத்தனர். 1940இல் அரசுக் கழகத்தின் உறுப்பினராக்கிச் சிறப்பிக்கப்பட்டார். 1942இல் அலகாபாத் பல்கலைக்கழகத்தில் இயற்பியல் பேராசிரியர் ஆனார். பின்னர் டில்லிக்குச் சென்றார். தேசிய பௌதிக சாலையின் டைரக்டரானார்.

1958இல் அவரது அறுபதாம் ஆண்டு நிறைவுவிழா நடந்தது. அவர் 1961ஆம் ஆண்டு ஜூன் மாதம் 13ஆம் நாள் இயற்கை எய்தினார்.

இவர் வானிடியம், மாங்கனீசு, வெள்ளி, பொன், செம்பு ஆகியவற்றை ஆராய்ந்து வெளியிட்டார். அணுசக்திக் குழுவின் உறுப்பினராக செயல்பட்டார். வானம் ஏன் சிவக்கின்றது என்பதை ஆராய்ந்தார். 1955இல் வாஷிங்டன் நகரில், தேசியக் கழகத்தின் ஆண்டிறுதி விருந்தில் பேசும்படி அவர் அழைக்கப்பட்டார். நேரு இவரை, அவர் வெறும் அறிவியல் அறிஞர் மட்டுமல்ல, குறையற்ற குடிமகன் என்று பாராட்டியுள்ளார். 1954ஆம் ஆண்டு இந்திய அரசு இவருக்கு பத்மபூஷண் விருதளித்துச் சிறப்பித்தது. முதலாவது பாட்னாகர் விருதைப் பெற்றார். இவர் தேசியப் பேராசிரியர் எனப் பாராட்டப்பட்டார்.

100 தாவரவியல் அறிஞர் பீர்பல்சஹானி

100 ஆண்டுகளுக்கு முன்பு பஞ்சாப் மாநிலத்தைச் சேர்ந்த பேரா என்ற ஊரில் பீர்பல் சஹனி பிறந்தார். இவ்வூர் இப்போது பாகிஸ்தானில் உள்ளது. இவரது தந்தையார் விஞ்ஞான ஆய்வாளர் ஆவர். எனவே, சஹனிக்குத் தாவரவியல், விலங்கியலில் ஆர்வம் ஏற்பட்டது.

பள்ளிப்படிப்பை முடித்த பிறகு லாகூர் அரசுக் கல்லூரியில் சேர்ந்தார். தன் சகோதரியுடன் பீர்பல் கல்லூரி படிக்கச் சென்றார். பீர்பல் தாவரவியலில் சாதனை படைக்க நினைத்தார். ஜெர்மன், பிரெஞ்சு, மொழிகளைக் கற்றார்.

கேம்பிரிட்ஜில் ஒன்பது ஆண்டுகாலம் தாவரவியலைப் படித்தார். 1911இல் அவர் இங்கிலாந்து சென்று தாவரவியல் பற்றித் தொடர்ந்து படித்தார். அக்காலத்தில் யாரும் விஞ்ஞானியாக விரும்பவில்லை. அவரது தந்தையும் அவரைக் கலெக்டராக்க நினைத்தார்.

தாவர வகை, ஊசியிலைத் தாவரம், செடிகள் இவற்றைப் பற்றிக் கல்லூரியில் ஆராய்ந்தார். பாறைகளுக்கு இடையே உள்ள பாசில்களைக் கண்டறிய வசதி இல்லாததால் ஓர் ஆராய்ச்சி நிறுவனத்தை அமைத்தார். ப்ளோரா செடிகளை ஆராய்ந்தார்.

லாகூர் அரசுக் கல்லூரியில் பேராசிரியர் ஆனார். தாவரவியல் ஆராய்ச்சிக்காக முதலில் பாராட்டப்பட்ட இந்தியர் இவரே.

1919இல் லண்டனில் இருந்து இந்தியா திரும்பினார். லக்னோ கல்லூரியில் தாவரவியல் பேராசிரியர் ஆனார். 1920இல் பஞ்சாப் பல்கலைக் கழகத்தில் சேர்ந்தார்.

1924இல் இந்தியத் தாவரவியல் கழகம் நிறுவி அதன் தலைவரானார். லண்டன் பல்கலைக்கழகம் கேம்பிரிட்ஜ் பல்கலைக்கழகம் ஆகியவற்றின் உபகாரச்சம்பளம் பெற்றுப் படித்து பி.எஸ்.ஸி பட்டம் பெற்றார். இங்கு இப்பட்டம் பெற்ற முதல் இந்தியர் இவர்தான்.

மௌலானா அபுல்கலாம் ஆசாத் அவர்கள் பீர்பல் சஹனியைப் பாராட்டி கல்வி அமைச்சரின் செயலாளராகப் பணி புரியும்படி வேண்டினார். தன்னுடைய ஆராய்ச்சியைவிட்டுவர அவர் மறுத்துவிட்டார்.

ஊசியிலை மரங்கள் மற்றும் அதனைச் சார்ந்த தாவரத் தொகுப்பு மரங்களைக் கண்டறிந்தார். சஹனியின் கண்டுபிடிப்பு கண்டங்கள் விலகிச் சென்றதை உறுதிப்படுத்தும் விதமாக இருந்தது.

1936இல் இவர் லண்டன் ராயல் சொசைடியில் அறிவியல் கண்டுபிடிப்புகளுக்காகச் சிறப்பிக்கப்பட்டார்.

1949இல் பிரதமர் நேரு அவர்கள் பீர்பல் சஹனியைப் பாராட்டினார். அவர் விரும்பியபடி ஒரு தாவரவியல் ஆராய்ச்சி

நிலையத்தை ஏற்படுத்தி அடிக்கல் நாட்டினார். இந்திய மலர்களை முழுமையாக ஆய்வு செய்த முதல் இந்தியத் தாவரவியல் நிபுணர் இவர்தான்.

1850இல் ஸ்டாக்ஹோமிலுள்ள இண்டர்நேஷனல் பொடானிகல் காங்கிரஸ் தலைவராக ஆனார். அமெரிக்கன் அகடெமி ஆஃப் ஆர்ட்ஸ் அண்டு சயின்ஸ் கௌரவ உறுப்பின ரானார்.

ஆசியா சொஸைட்டி பார்லே மெடல் அளித்துச் சிறப்பித்தது.

101 மருத்துவ மேதை ஆற்காடு லட்சுமணசாமி

1887ஆம் ஆண்டு கர்நூலில் குப்புசாமி, சீத்தம்மாள் தம்பதியர்க்கு இரட்டைக் குழந்தை பிறந்தது. அவர்களுக்கு ராமர்-லட்சுமணன் எனப் பெயரிட்டனர். அவர்கள் உயர்நிலைக் கல்வியை முடித்தனர். அவரது 16 வயதில் தந்தை காலமானார். உறவினர் துரைசாமி வீட்டில் தங்கிச் சென்னையில் பயின்றார்.

ராமசாமியும், லட்சுமணிசாமியும் சென்னை கிறித்துவக் கல்லூரியில் பயின்றனர். வேலை பார்த்துக் கொண்டே பி.ஏ. பட்டம் பெற்றார். பின்னர் மருத்துவக் கல்லூரியில் 1905இல் டாக்டர் பட்டம் பெற்றார்.

1916இல் ராதாபாய் என்பவரை மணந்தார். தான் பயின்ற மருத்துவக் கல்லூரியிலேயே முதல்வரானார். ஆங்கிலேயர்களின் இடத்தில் முதல் முதலாக முதல்வரான இந்தியர் இவரே. யுனானி மருத்துவத்தில் ஈடுபாடு உடையவர். இவர் ஆங்கில மருத்துவ முறையில் சிறந்து விளங்கினாலும் யுனானி மருத்துவத்திலும் ஆழ்ந்த நம்பிக்கை கொண்டிருந்தார். தமிழில் மருத்துவ நூல்கள் வெளிவரச் செய்தார். 1934இல் சென்னைப் பல்கலைக்கழகத்தின் உறுப்பினராக வெள்ளையரைத் தோற்கடித்துத் தேர்ந்தெடுக்கப் பட்டார். இவர் மகப்பேறு மருத்துவத்தில் நிபுணர். காரணம் எழும்பூர் மகப்பேறு மருத்துவமனையில் 1939இல் பெற்ற

பயிற்சியே. சென்னையிலுள்ள இராயபுரம் மருத்துவமனையில் டாக்டராக இவர் பணி தொடங்கியது. 1922இல் மருத்துவத்தில் டாக்டர் பட்டம் பெற்று ஐரோப்பா சென்று மருத்துவ முறைகளை அறிந்து திரும்பினார். 27 ஆண்டுகள் தொடர்ந்து பல்கலைக்கழகத் துணை வேந்தராகப் பணியாற்றினார்.

தொழில் நுட்பக் கல்லூரிகள், அழகப்ப செட்டியார் தொழில் நுட்பக் கல்லூரி, ராமானுஜன் கணக்கியல் கழகம், அறிவியல் ஆய்வுக் கழகம், ஜெர்மனி உதவியுடன் சென்னையில் இந்தியத் தொழில்நுட்பக் கல்லூரி (IIT), மத்திய தோல் ஆராய்ச்சி நிலையம் போன்றவை ஏற்படக் காரணமாக இருந்தார். பேரறிஞர் அண்ணா, காமராசரின் மதிப்பிற்குரியவராய் இருந்தார்.

1965லிருந்து பல்கலைக் கழகத் தேர்வுத் தாள்கள் தமிழ்மொழியில் இருக்கும், மாணவர்கள் தேர்வுகளைத் தமிழிலும் எழுதலாம் என ஆணை பிறப்பித்தார்.

உலக சுகாதார அமைப்பிற்கும் (WHO) 1950இல் யுனெஸ்கோவிற்கும் இந்தியப் பிரதிநிதியாகச் சென்றுள்ளார்.

1946லிருந்து சென்னை மேல் சட்டசபையில் உறுப்பினராகப் பல ஆண்டுகள் பணிசெய்தார். இங்கிலாந்து அரசி எலிசபெத் ராணியும், அவரது கணவர் எடின்பரோவும் லட்சுமணசாமியைப் பாராட்டினர். ஆங்கில அரசு இவருக்கு ராவ்பகதூர், திவான் பகதூர், சர் பட்டங்களை அளித்துச் சிறப்பித்தது.

லட்சுமணசாமி 87ஆவது வயதில் 1974இல் மறைந்தார்.